云南省普通高等学校"十二五"规划教材

本教材出版获云南民族大学2013年度
中央财政支持地方高校发展专项资金资助 / 总策划：陆生

越南语
听力教程 ①

GIÁO TRÌNH NGHE TIẾNG VIỆT 1

主编 卢冬萍 岳淑芳

重庆大学出版社

内容提要

本书主要用于越南语专业大一学生的听力教学，也可以作为越南语爱好者自学的初级教材。教材根据本阶段学生的认知特点编写而成，1~9课增加了语音的听力练习，帮助学生强化记忆所学发音。听力以对话为主，练习形式多样。每课设立一个主题，内容与日常生活相关，旨在强化学生对基础对话的学习。

图书在版编目（CIP）数据

越南语听力教程.1／卢冬萍，岳淑芳主编. --重
庆：重庆大学出版社，2020.9
高等学校越南语专业系列教材
ISBN 978-7-5689-2073-5

Ⅰ.①越… Ⅱ.①卢… ②岳… Ⅲ.①越南语—听说
教学—高等学校—教材 Ⅳ.①H449.4

中国版本图书馆CIP数据核字（2020）第060701号

越南语听力教程1

YUENANYU TINGLI JIAOCHENG 1
主 编 卢冬萍 岳淑芳
责任编辑：安 娜 版式设计：安 娜
责任校对：万清菊 责任印制：赵 晟

*

重庆大学出版社出版发行
出版人：饶帮华
社址：重庆市沙坪坝区大学城西路21号
邮编：401331
电话：（023）88617190 88617185（中小学）
传真：（023）88617186 88617166
网址：http://www.cqup.com.cn
邮箱：fxk@cqup.com.cn（营销中心）
全国新华书店经销
重庆共创印务有限公司印刷

*

开本：787mm×1092mm 1/16 印张：7 字数：172千
2020年9月第1版 2020年9月第1次印刷
ISBN 978-7-5689-2073-5 定价：32.00元

本书如有印刷、装订等质量问题，本社负责调换
版权所有，请勿擅自翻印和用本书
制作各类出版物及配套用书，违者必究

越南与中国山水相连，两国关系密切，有越南语学习需求的人也越来越多。随着经济的不断发展，中越之间的交往更加广泛和深入，越南语学习者也日益增多。为满足越南语学习及教学的需要，我们编写了《越南语听力教程》，共三册。

本教材为第一册，主要适用于越南语专业大一学生第二学期的听力教学，也可以作为越南语爱好者自学的初级教材。教材根据本阶段学生的认知特点来编写，1~9课增加了语音的听力练习，帮助学生强化记忆第一学期所学的发音知识。听力以对话为主，练习形式多样。每课设立一个主题，内容与日常生活相关，强化学生对基础对话的学习。

本书为云南民族大学南亚东南亚语言文化学院"中央财政专项经费"支持教材建设项目。在编写过程中得到了云南民族大学东南亚南亚语言文化学院各位领导及越南语教研室各位老师的大力支持与帮助，在此表示感谢！本书参考了部分越南教科书、越南书报及国内一些越南语教程，在此一并向作者表示感谢！

由于编者水平有限，本教材难免有疏漏和不妥之处，敬请各位专家学者、读者批评指正。

编 者

2020年5月

Mulu 目 录

BÀI 1   CHÀO HỎI

Phần I: Ngữ âm và thanh điệu

1. Nghe và điền các nguyên âm đơn vào chỗ trống.

1) _____   2) _____   3) _____

4) _____   5) _____   6) _____

7) _____   8) _____   9) _____

10) _____   11) _____

2. Nghe và điền các phụ âm vào chỗ trống.

1) _____   2) _____   3) _____

4) _____   5) _____   6) _____

7) _____   8) _____   9) _____

10) _____   11) _____   12) _____

13) _____   14) _____   15) _____

16) _____   17) _____   18) _____

19) _____   20) _____   21) _____

22) _____   23) _____   24) _____

25) _____

3. Nghe ghi âm và điền dấu vào các chữ sau.

Toi la sinh viên. Anh Vi cung la sinh viên. Chung tôi la ban hoc.
Chung tôi hoc tiêng Viêt. Cuôi tuân chung tôi thương đi thư viên ôn
bai. Chung tôi đêu thich tiêng Viêt.

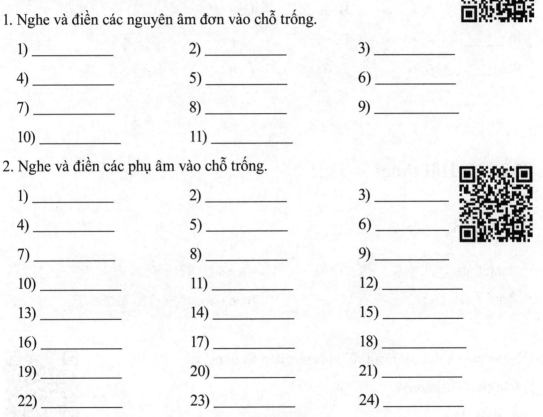

4. Nghe ghi âm chọn từ đúng điền vào chỗ trống.

1) _____ A. d   B. r   C. s

2) _____ A. c   B. g   C. ng

3) _____ A. ch   B. tr   C. gi

4) _____ A. kh   B. h   C. g

5) _____ A. ph   B. v   C. p

6) _____ A. a   B. â   C. ă

7) _____ A. i   B. ê   C. e

8) _____ A. ba   B. va   C. pa

9) _____ A. o   B. ô   C. u

10) _____ A. a   B. ga   C. nga

Phần II: Hội thoại

 Từ mới

bình thường 平常，一般	giáo sư 教授
bận 忙碌，繁忙	thảo nào 怪不得，难怪

1. Nghe năm hội thoại ngắn rồi lựa chọn đáp án đúng.

1) Bác có khỏe không?

   A. Khỏe lắm.

   B. Không khỏe lắm.

   C. Bình thường.

   D. Không Bình thường.

2) Ai là giáo sư?

   A. Cô Lê.

   B. Cô Lợi.

  C. Bác Lê.

  D. Bác Lợi.

3) Ai đang học tiếng Anh?

  A. Chị Lan.

  B. Anh Tuấn.

  C. Chị Châu.

  D. Anh Cổ.

4) Ai là bạn học của chị ấy?

  A. Chị Linh.

  B. Chị Lim.

  C. Anh Vị.

  D. Anh Vĩ.

5) Dạo này ai bận lắm?

  A. Anh Hồng.

  B. Anh Hồng và anh Hùng đều bận.

  C. Anh Hùng.

  D. Ai cũng không bận lắm.

 Từ mới

gặp　遇见, 碰见	bạn học　同学
chữ　字	viết　写
thế nào　怎么样	

2. Nghe bài hội thoại và điền từ vào chỗ trống.

1) - Chào anh!

  - Chào chị!

  - _____ anh!

- Tôi _____ chị!

- Xin hỏi, anh _____?

- _____. Còn chị?

- Tôi tên là Hoa. Anh_____?

- Vâng _____.

Chị _____?

- Vâng.

2) - Chào _____!

- Chào _____! Dạo này chị có khỏe không?

- _____?

- Cảm ơn chị, tôi cũng khỏe.

- Chị _____, anh ấy là ai?

- Anh ấy là anh _____, là bạn học của tôi.

- Xin hỏi chị, chữ '_____' tiếng Việt _____?

- _____.

- Thế à, cảm ơn chị.

BÀI 2   NGHỀ NGHIỆP

Phần I: Ngữ âm

1. Nghe và điền các âm tiết vào chỗ trống.

1) _____   2) _____   3) _____

4) _____   5) _____   6) _____

7) _____   8) _____   9) _____

10) _____   11) _____   12) _____

13) _____   14) _____   15) _____

16) _____   17) _____   18) _____

19) _____   20) _____   21) _____

22) _____   23) _____   24) _____

25) _____   26) _____   27) _____

28) _____   29) _____   30) _____

2. Nghe ghi âm chọn từ đúng điền vào chỗ trống.

1) _____   A. da   B. ra   C. gia

2) _____   A. ga   B. nga   C. nha

3) _____   A. gu   B. gô   C. ngu

4) _____   A. đo   B. đô   C. đu

5) _____   A. ta   B. tơ   C. tư

6) _____   A. nê   B. lê   C. đê

7) _____   A. cừ   B. cử   C. cự

8) _____   A. đó   B. nó   C. ló

9) _____ A. gồ B. hồ C. ồ

10) _____ A. lã B. lả C. lá

Phần II: Hội thoại

 Từ mới

thư ký 秘书	công ty 公司
chợ 市场	nội trợ 内助; 家务

1. Nghe hội thoại ngắn rồi lựa chọn đáp án đúng.

1) Thủy làm nghề gì?

   A. nội trợ.

   B. thư ký.

   C. bí thư.

2) Thủy làm việc ở đâu?

   A. Công ty du lịch Vân Nam.

   B. Công ty Vân Nam.

   C. Công ty du lịch Việt Nam.

3) Ai làm nội trợ?

   A. Lan.

   B. Thuyết.

   C. Tuyết.

 Từ mới

giới thiệu 介绍	hân hạnh 荣幸
nghề 职业, 行业	giám đốc 经理; 主管人

kỹ sư 工程师	cao cấp 高级
hiện nay 如今, 现在, 目前	luật sư 律师
về hưu 退休	pháp luật 法律

2. Nghe bài hội thoại và điền từ vào chỗ trống.

1) - Xin _____, đây là anh Văn, còn đây là

   anh Nam!

   - Chào anh, _____ anh.

   - Chào anh , tôi _____ anh.

   - Xin hỏi, anh _____?

   - Tôi là _____. Còn anh, anh _____?

   - Tôi là _____. Cô Nga là _____ của tôi.

2) - Ông ấy là ai?

   - Ông ấy là Cương, là _____.

   - Còn _____?

   - À, _____.

3) - Cháu chào bác ạ!

   - Chào cháu. _____?

   - Cháu là _____, _____.

     Bác đã _____ chưa?

   - Rồi, _____ rồi.

     Cháu _____?

   - Ở một công ty _____.

BÀI 3   QUỐC TỊCH VÀ NGÔN NGỮ

Phần I: Ngữ âm

1. Nghe và điền các âm tiết vào chỗ trống.

1) _____   2) _____   3) _____

4) _____   5) _____   6) _____

7) _____   8) _____   9) _____

10) _____   11) _____   12) _____

13) _____   14) _____   15) _____

16) _____   17) _____   18) _____

19) _____   20) _____   21) _____

22) _____   23) _____   24) _____

25) _____

2. Nghe ghi âm chọn từ đúng điền vào chỗ trống.

1) _____   A. đùi   B. tùy   C. tủi

2) _____   A. gán   B. cán   C. cắn

3) _____   A. rải   B. dải   C. rẻ

4) _____   A. đau   B. đao   C. đâu

5) _____   A. gởi   B. gẩy   C. gửi

6) _____   A. túi   B. tối   C. tói

7) _____   A. tay   B. tai   C. tây

8) _____   A. hai   B. he   C. hơi

9) _____   A. thé   B. thế   C. thấy

10) _____ A. tỏi   B. tói   C. đổi

Phần II: Hội thoại

 Từ mới

Xin lỗi 对不起; 劳驾, 麻烦	Úc 澳大利亚

1. Nghe hội thoại ngắn rồi lựa chọn đáp án đúng.

1) a. Lucy là _____.

   A. người Anh

   B. người Mỹ

   C. nười Úc

   b. Tom là nười nước nào?

   A. Mỹ.

   B. Đức.

   C. Anh.

2) a. Đàn ông là người nước nào?

   A. Đức.

   B. Úc.

   C. Mỹ.

   b. Đàn bà là người nước nào?

   A. Nhật.

   B. Hàn Quốc.

   C. Trung Quốc.

3) a. Chị học tiếng gì?

   A. Tiếng Việt.

   B. Tiếng Pháp.

C. Tiếng Việt và tiếng Pháp.

b. Anh học tiếng gì?

A. Tiếng Việt.

B. Tiếng Pháp.

C. Tiếng Việt và tiếng Pháp.

 Từ mới

bao lâu 多久	Campuchia 柬埔寨
Lào 老挝	

2. Nghe bài hội thoại và điền từ vào chỗ trống.

1) - Em chào cô ạ!

- Chào em! Em là _____?

- _____.

- Em _____?

- _____.

- Em _____?

- Em học tiếng Việt Nam.

2) - _____?

- Vâng , tôi là Lê.

- Chào ông Lê. Tôi là Ra Ny, _____.

Ông là _____ , _____?

- Không, _____.

Phần III: Nghe và viết bài văn.

 Từ mới

lưu học sinh 留学生	lớp 班级
khác nhau 不同	như 像, 例如
Thái Lan 泰国	Myanma 缅甸
thích 喜欢	

_____

_____

_____

_____

_____

_____

_____

BÀI 4   HỎI GIỜ

Phần I: Ngữ âm

1. Nghe và điền các âm tiết vào chỗ trống.

1) _____   2) _____   3) _____

4) _____   5) _____   6) _____

7) _____   8) _____   9) _____

10) _____ 11) _____ 12) _____

13) _____ 14) _____ 15) _____

16) _____ 17) _____ 18) _____

19) _____ 20) _____ 21) _____

22) _____ 23) _____ 24) _____

25) _____ 26) _____ 27) _____

28) _____ 29) _____ 30) _____

2. Nghe ghi âm chọn từ đúng điền vào chỗ trống.

1) _____   A. anh   B. ênh   C. inh

2) _____   A. ach   B. êch   C. ich

3) _____   A. ánh   B. gáy   C. gánh

4) _____   A. các   B. cắc   C. gác

5) _____   A. mợn   B. mệnh   C. mận

6) _____   A. mứt   B. mất   C. mức

7) _____   A. mét   B. bết   C. méc

8) _____   A. hút   B. hót   C. hốt

12

9) _____   A. oc   B. ôc   C. ooc

10) _____   A. ưt   B. ât   C. ơt

Phần II: Hội thoại

 Từ mới

lên lớp 上课	kém 差
muộn 晚	sớm 早
sắp 即将	lúc 时间; 时候
rưỡi 半	nửa 半, 一半

1. Nghe năm hội thoại ngắn rồi lựa chọn đáp án đúng.

1) Bây giờ mấy giờ rồi?

A. chín giờ bốn mươi phút.

B. chín giờ tám phút.

C. mười giờ kém mười hai phút.

D. mười giờ mười tám phút.

2) Ngày mai mấy giờ lên lớp?

A. mười giờ mười lăm phút.

B. mười giờ kém mười lăm phút.

C. mười giờ mười lăm phút.

D. chín giờ kém mười lăm phút.

3) Mấy giờ lên lớp?

A. tám giờ năm mươi phút.

B. tám giờ bốn mươi phút.

C. chín giờ kém năm phút.

4) Bao giờ cô về nhà?

   A. chín giờ đúng.

   B. chín giờ tối.

   C. chín giờ rưỡi.

5) Đàn bà thường đi thư viện lúc mấy giờ?

   A. mười giờ.

   B. mười giờ rưỡi.

   C. chín giờ.

   D. chín giờ rưỡi.

 Từ mới

bắt đầu　开始	để　让, 允许
xem　看	chết　糟糕
đồng hồ　钟表	chạy　跑; 运转
đúng　对, 正确	

2. Nghe bài hội thoại và điền từ vào chỗ trống.

1) - Anh Vĩ, _____?

  - _____... à, hôm nay là thứ mấy?

  - _____.

  - Thế thì, _____.

  - Thế à! _____.

2) - Xin lỗi, _____?

  - Bây giờ là _____.

  - _____?

  - Đồng hồ tôi _____.

  - _____. Sắp muộn rồi. Chào bạn nhé!

Phần III: Nghe và viết bài văn.

 Từ mới

dậy 起床	tan lớp 下课
khoảng 大约	thường 经常, 常常
chiều 下午	tự học 自学

BÀI 5   HỎI TUỔI

Phần I: Ngữ âm

1. Nghe và điền các âm tiết vào chỗ trống.

1) _____   2) _____   3) _____

4) _____   5) _____   6) _____

7) _____   8) _____   9) _____

10) _____   11) _____   12) _____

13) _____   14) _____   15) _____

16) _____   17) _____   18) _____

19) _____   20) _____   21) _____

22) _____   23) _____   24) _____

25) _____

2. Nghe ghi âm chọn từ đúng điền vào chỗ trống.

1) _____   A. ươi   B. ưi   C. ơi

2) _____   A. un   B. uân   C. uôn

3) _____   A. ươt   B. ược

4) _____   A. ươu   B. ưu   C. iêu

5) _____   A. ươm   B. ượp

6) _____   A. ươn   B. ượt

7) _____   A. uây   B. ui   C. uy

8) _____   A. ương   B. ươn

9) _____   A. uân   B. uât

10) _____   A. uôn   B. un   C. ôn

16

Phần II: Hội thoại

 Từ mới

cửa hàng 商店	quà tặng 礼物
ngày sinh nhật 生日	bằng 一样; 相同

1. Nghe hội thoại ngắn rồi lựa chọn đáp án đúng.

1) Anh Lợi đi mua gì?

    A. hàng hóa.

    B. quà tặng.

    C. cửa.

2) Sắp đến ngày sinh của ai đấy?

    A. anh Lợi.

    B. chị Hoa.

    C. chị Lan.

3) Ngày sinh nhật của chị ấy là _____.

    A. 2/5.

    B. 5/2.

    C. 15/2.

4) Ngày sinh nhật của chị Hoa là tháng nào?

    A. 2.

    B. 5.

    C. 8.

5) Chị Hoa năm nay bao nhiêu tuổi?

    A. 23.

    B. 26.

    C. 29.

Từ mới

quà sinh nhật 生日礼物	quên 忘记
thích 喜欢	hoa hồng 玫瑰花
bó 束，把	thấy 认为；感觉
hình như 好像；似乎	

2. Nghe bài hội thoại và điền từ vào chỗ trống.

1) - Em đã _____?

   - Không, _____. _____?

   - _____

   - _____. Cảm ơn chị.

   - Mẹ _____.

   _____, em thấy thế nào?

   - _____, _____.

2) - Chị Vi ơi , _____?

   - _____. Còn chị?

   - _____.

   - À, _____.

   - _____?

   - _____?

   - _____, lớn hơn chị một tuổi.

   - À thế à. Còn chị, _____?

   - _____.

   _____

Phần III: Nghe và viết bài văn.

Từ mới

về hưu 退休	câu cá 钓鱼
làm việc nhà 做家务	kỹ sư 工程师
cầu lông 羽毛球	vẽ tranh 画画
ngoại ngữ 外语	xem phim 看电影
bóng đá 足球	

_____

_____

_____

_____

_____

_____

_____

BÀI 6   NGÀY THÁNG NĂM

Phần I: Ngữ âm

1. Nghe và điền các âm tiết vào chỗ trống.

1) _____   2) _____   3) _____

4) _____   5) _____   6) _____

7) _____   8) _____   9) _____

10) _____   11) _____   12) _____

13) _____   14) _____   15) _____

16) _____   17) _____   18) _____

19) _____   20) _____   21) _____

22) _____   23) _____   24) _____

25) _____

2. Nghe ghi âm chọn từ đúng điền vào chỗ trống.

1) _____   A. bong   B. bông   C. bung

2) _____   A. phong   B. phông   C. phung

3) _____   A. tong   B. đông   C. đung

4) _____   A. bâng   B. bưng

5) _____   A. trâng   B. trưng

6) _____   A. nâng   B. nưng

7) _____   A. manh   B. meng   C. mênh

8) _____   A. khênh   B. khinh

9) _____   A. canh   B. keng

10) _____   A. bang   B. băng   C. păng

Phần II: Hội thoại

1. Nghe hội thoại ngắn rồi lựa chọn đáp án đúng.

1) Chị Dinh sắp đi đâu?

   A. về nước.

   B. Côn Minh.

   C. TP. Hồ Chí Minh.

2) Hôm nay là ngày bao nhiêu?

   A. 11/4.

   B. 15/4.

   C. 19/4.

3) Chị định đi chơi Thái Lan ngày nào?

   A. 5/4.

   B. 5/5.

   C. 5/6.

 Từ mới

Ngày nhà giáo 教师节	dạo phố 逛街	
thứ mấy 星期几		

2. Nghe hội thoại ngắn rồi lựa chọn đáp án đúng.

1) Bao giờ hai em muốn đi dạo phố?

   A. 18/11.

   B. 19/11.

   C. 20/11.

2) Hai em muốn đi mua gì?

   A. mua hoa.

C. mua quả tặng.

D. mua hoa quả.

3) Ngày nhà giáo là thứ mấy?

A. chủ nhật.

B. thứ hai.

C. thứ ba.

 Từ mới

bưu điện　邮局	bưu phẩm　包裹
thư bảo đảm　挂号信	dương lịch　阳历
âm lịch　阴历	ngày sinh　生日

3. Nghe bài hội thoại và điền từ vào chỗ trống.

1) - _____ phải không?

   - _____?

   - Ngày _____.

   - Vâng ạ, _____.

   - Xin chị _____.

2) - _____, ngày sinh nhật của mẹ là ngày nào?

   - _____.

   - Thế ngày sinh _____?

   - Ngày sinh của bố em là _____.

   - Còn ông em, ngày sinh _____?

   - _____.

Phần III: Nghe và viết bài văn.

Từ mới

nghỉ hè 暑假	máy bay 飞机
danh lam thắng cảnh 名胜古迹	

_____

_____

_____

_____

_____

_____

_____

BÀI 7   HỎI ĐỊA CHỈ

Phần I: Ngữ âm

1. Nghe và điền các âm tiết vào chỗ trống.

1) _____   2) _____   3) _____

4) _____   5) _____   6) _____

7) _____   8) _____   9) _____

10) _____   11) _____   12) _____

13) _____   14) _____   15) _____

16) _____   17) _____   18) _____

19) _____   20) _____   21) _____

22) _____   23) _____   24) _____

25) _____

2. Nghe ghi âm chọn từ đúng điền vào chỗ trống.

1) _____   A. bọ   B. bọt   C. bọc

2) _____   A. hố   B. hốt   C. hốc

3) _____   A. mạ   B. mạc   C. mạt

4) _____   A. hộc   B. hột   C. hộp

5) _____   A. thắc   B. thắt   C. thắp

6) _____   A. lốc   B. lốt   C. lốp

7) _____   A. thóc   B. thốc

8) _____   A. tắc   B. tất

9) _____   A. quạt   B. quặt

10) _____   A. trác   B. trắc

Phần II: Hội thoại

 Từ mới

công viên	公园	rẽ	拐弯
xa	远	xe buýt	巴士

1. Nghe hội thoại ngắn rồi lựa chọn đáp án đúng.

1) Công viên Thúy Hồ có xa không?

   A. Không xa lắm.

   B. Hơi xa.

   C. Xa lắm.

2) Chị đi thẳng phố kia，_____.

   A. đến ngã tư thứ tư rẽ phải.

   B. đến ngã tư thứ tư rẽ trái.

   C. đến ngã tư thứ nhất rẽ phải.

3) Nếu đi công viên Thúy Hồ bằng xe phải mất bao lâu?

   A. 10 phút.

   B. 20 phút.

   C. 30 phút.

 Từ mới

xem phim	看电影	rạp chiếu phim	电影院
thôi	算了		

2. Nghe hội thoại ngắn rồi lựa chọn đáp án đúng.

1) Rạp chiếu phim cách ngã tư bao nhiêu mét?

    A. 200.

    B. 300.

    C. 400.

2) Đi bộ từ đấy đến rạp chiếu phim hết bao lâu?

    A. 15.

    B. 20.

    C. 40.

3) Vi sẽ đi đâu?

    A. rạp chiếu phim.

    B. mua sách.

    C. đọc tiếng Anh.

3. Nghe bài hội thoại và điền từ vào chỗ trống.

1) - Xin lỗi, _____?

  - Chị đi thẳng đường này _____,

    đến _____,

    _____.

    Ngân hàng ở _____.

  - _____?

  - Không xa lắm. _____.

  - Tôi _____.

  - Không sao _____.

  - Cảm ơn chị.

Từ mới

tắc-xi   出租车   bến xe buýt   公交车站

2) - Xin lỗi.

- _____?

- Xin chị _____.

_____?

- _____.

Anh có thể đi _____.

- _____. Xin hỏi _____ở đâu?

- Anh đi thẳng, _____,

rồi đi _____, _____.

- Cảm ơn chị. Chào chị!

Phần III: Nghe và viết bài văn.

Từ mới

hiệu sách 书店	cuối tuần 周末
tiểu thuyết 小说	mở cửa 开门

_____

_____

_____

_____

_____

_____

BÀI 8   MUA HÀNG

Phần I: Ngữ âm

1. Nghe và điền các âm tiết vào chỗ trống.

1) _____   2) _____   3) _____

4) _____   5) _____   6) _____

7) _____   8) _____   9) _____

10) _____   11) _____   12) _____

13) _____   14) _____   15) _____

16) _____   17) _____   18) _____

19) _____   20) _____   21) _____

22) _____   23) _____   24) _____

25) _____   26) _____   27) _____

28) _____   29) _____   30) _____

2. Nghe ghi âm chọn từ đúng điền vào chỗ trống.

1) _____   A. iêu   B. iu   C. ưu

2) _____   A. iêm   B. im   C. êm

3) _____   A. iên   B. in   C. ên

4) _____   A. uôi   B. ui   C. ôi

5) _____   A. iêp   B. ip   C. êp

6) _____   A. iêt   B. it   C. êt

7) _____   A. uôm   B. um   C. ôm

8) _____   A. uôn   B. un   C. ôn

9) _____   A. iêng   B. eng

10) _____   A. uya   B. uy   C. ia

Phần II: Hội thoại

 Từ mới

nho 葡萄	đắt 昂贵
vừa...vừa... 既……又……	cân 斤
nhà xuất bản 出版社	định 打算

1. Nghe bốn hội thoại ngắn rồi lựa chọn đáp án đúng.

1) Quả nho bán bao nhiêu tiền một cân?

   A. 6 nghìn.

   B. 7 nghìn.

   C. 8 nghìn.

2) Chị mua được thịt gì?

   A. thịt gà và thịt lợn.

   B. thịt gà và thịt bò.

   C. thịt lợn và thịt bò.

3) Anh sẽ mua quyển từ điển nào?

   A. quyển Nhà xuất bản giáo dục.

   B. quyển Nhà xuất bản Đà Nẵng.

   C. Cả hai quyển.

4) Chị Vân muốn chị Lâm mua giúp hoa gì?

   A. cả hoa hồng lẫn hoa nhài.

   B. cả hoa bách hợp lẫn hoa hồng.

   C. cả hoa bách hợp lẫn hoa nhài.

Từ mới

áo váy 连衣裙	áo chắn gió 风衣
màu xám 灰色	mặc thử 试穿
phòng thử 试衣间	nói thách 叫价, 抬价

2. Nghe hội thoại ngắn rồi lựa chọn đáp án đúng.

1) Chị thích màu gì?

    A. màu đỏ.

    B. màu xám.

    C. Cả A và B.

2) Chị mặc cỡ nào?

    A. cỡ nhỏ.

    B. cỡ trung bình.

    C. cỡ lớn.

3) Cuối cùng, chị mua được chiếc nào?

    A. chiếc áo váy.

    B. chiếc áo chắn gió.

    C. Cả A và B.

4) Chị trả bao nhiêu tiền?

    A. 1 triệu đồng.

    B. 1, 4 triệu đồng.

    C. ta không biết.

 Từ mới

rau xanh 蔬菜	rau cải 白菜
rau bạc hà 薄荷	rau sống 生菜

| rau muống | 空心菜 | tranh treo tượng | 壁挂画 |
| dễ thương | 可爱 | phong cách trang trí | 装饰风格 |

3. Nghe bài hội thoại và điền từ vào chỗ trống.

1) - _____?

   - Tôi muốn mua _____.

   - Rau nào _____.

   - Cho _____.

   - Gì nửa? _____.

   - Đủ rồi. _____?

2) - Chị Hương ơi, _____, hai

   bức tranh này, _____?

   - Tôi thích _____.

   - Thật vậy, và cảm thấy _____

   _____

   - Và bức tranh này _____

   _____

   - Vâng, _____.

Phần III: Nghe và viết bài văn.

 Từ mới

đầu mối	关键的	đầy đủ	充足的; 足够的
mặt hàng thiết yếu	必需品	kính râm	太阳镜
xung quanh	周围	đông đúc	繁华
nhộn nhịp	熙熙攘攘		

_____

_____

_____

_____

_____

_____

_____

_____

BÀI 9   THUÊ NHÀ

Phần I: Ngữ âm

1. Nghe và điền các âm tiết vào chỗ trống.

1) _____   2) _____   3) _____

4) _____   5) _____   6) _____

7) _____   8) _____   9) _____

10) _____   11) _____   12) _____

13) _____   14) _____   15) _____

16) _____   17) _____   18) _____

19) _____   20) _____   21) _____

22) _____   23) _____   24) _____

25) _____

2. Nghe ghi âm chọn từ đúng điền vào chỗ trống.

1) _____   A. uốt   B. ut   C. ôt

2) _____   A. iêc   B. ec

3) _____   A. uyên   B. yên

4) _____   A. uông   B. ung   C. ông

5) _____   A. uyêt   B. yêt

6) _____   A. uôc   B. uc   C. ôc

7) _____   A. ươi   B. ưi   C. ơi

8) _____   A. un   B. uân   C. uôn

9) _____   A. ươt   B. ược

10) _____   A. ươu   B. ưu   C. iêu

11) _____   A. uây   B. ui   C. uy

12) _____   A. choèn   B. choành

13) _____   A. uyt   B. uych

14) _____   A. huyn   B. huynh

15) _____   A. nguyu   B. nghiêu

Phần II: Hội thoại

 Từ mới

quảng cáo 广告	diện tích 面积
đồ nội thất 家具	

1. Nghe hội thoại ngắn rồi trả lời câu hỏi sau đây.

1) Chị Vân đọc quảng cáo ở đâu?

_____

2) Cô có một phòng cho thuê ở tầng mấy?

_____

3) Diện tích của phòng là bao nhiêu?

_____

4) Trong phòng có những nội thất gì?

_____

5) Chị Vân thấy phòng này thế nào?

_____

6) Cuối cùng, tiền thuê mỗi tháng là bao nhiêu?

_____

7) Chị Vân định thuê bao lâu?

_____

Từ mới

sáng sủa 明亮, 敞亮	tuy 虽然
điều hòa 空调	tủ lạnh 冰箱
tiện nghi 方便, 适宜	phòng đôi 双人房
mùa đông khách 旺季	mùa vắng khách 淡季

2. Nghe ba hội thoại ngắn rồi lựa chọn đáp án đúng.

1) Chị định thuê phòng nào?

   A. phòng bên phải.

   B. phòng to hơn.

   C. phòng nhỏ hơn.

2) Tiền thuê phòng chị Vân một tháng là bao nhiêu?

   A. 350 tệ.

   B. 550 tệ.

   C. 900 tệ.

3) ... khách, giá hai phòng đôi là bao nhiêu?

 Từ ...

văn phòng 办公室	phù hợp 符合
vùng lõi 中心地带	thuận tiện 方便, 便利
bàn 商量	

35

3. Nghe bài hội thoại và điền từ vào chỗ trống.

- Chào bác, _____,

_____,

phải không ạ bác?

- Vâng, _____,

hai tầng, _____.

Tổng diện tích rộng đến _____.

- Vâng, _____. Tôi muốn

_____, rất là phù hợp.

- Vâng, _____.

Ngôi nhà này _____,

_____.

- Giá cả thế nào ạ bác?

- _____

- Giá hơi cao. _____

Phần III: Nghe và viết bài văn.

🔍 **Từ mới**

đối với 对于	biểu trưng 象征, 代表
gia tộc 家族	đình miếu 庙宇
thờ phụng 侍奉	thiết tha 殷切, 热切

_____

_____

_____

_____

BÀI 10 GIAO THÔNG

Phần I: Nghe và viết lại các từ sau.

1) _____ 2) _____ 3) _____

4) _____ 5) _____ 6) _____

7) _____ 8) _____ 9) _____

10) _____ 11) _____ 12) _____

13) _____ 14) _____ 15) _____

16) _____ 17) _____ 18) _____

19) _____ 20) _____ 21) _____

Phần II: Hội thoại

 Từ mới

hãng hàng không 航空公司	cất cánh 起飞
hạ cánh 降落	vé một chiều 单程票
vé khứ hồi 双程票	

1. Nghe hội thoại ngắn rồi trả lời câu hỏi sau đây.

1) Có những hãng hàng không nào có chuyến máy bay đi Hà Nội?

_____

_____

2) Chị định đi máy bay hãng hàng không nào?

_____

3) Máy bay mấy giờ cất cánh? Mấy giờ sẽ hạ cánh?

_____

4) Chị muốn đi ngày nào?

_____

5) Chị mua vé loại nào? Tiền vé bao nhiêu?

_____

 Từ mới

chuyến tối	晚班（交通工具班次）	vé ngồi cứng	硬座票
khởi hành	出发		

2. Nghe đoạn hội thoại ngắn rồi lựa chọn đáp án đúng.

1) Chị muốn mua vé đi đâu?

    A. Hội An.

    B. Hà Nội.

    C. Huế.

2) Chị sẽ đi ngày nào?

    A. ngày mai.

    B. ngày kia.

    C. ngày kìa.

3) Bao nhiêu tiền một vé?

    A. 279 ngàn đồng.

    B. 297 ngàn đồng.

    C. 397 ngàn đồng.

4) Mấy giờ xe lửa khởi hành?

    A. 6 giờ tối.

    B. 7 giờ tối.

    C. 8 giờ tối.

 Từ mới

phương tiện　工具	bến xe　车站
trạm　站	chạy qua　经过
công viên Đại Quan Lâu　大观楼公园	

3. Nghe bài hội thoại và điền từ vào chỗ trống.

1) - Chị Lâm ơi, tôi _____.

    Theo chị, _____?

  - Chị có thể đi bằng _____.

  - _____?

  - _____.

  - Còn nếu bằng xe lửa?

  - Thì mất _____.

  Chị _____.

  - Xe lửa _____?

  - _____.

2) - Xin lỗi, chị _____

    _____?

  - Ở _____.

  - Xe này có _____ không?

  - Vâng, xe này sẽ _____

  là_____.

- _____ đi bao nhiêu trạm?

- Phải đi qua _____.

- _____?

- _____.

- Cảm chị, chào chị!

Phần III: Nghe và viết lại bài văn.

✎ **Từ mới**

Nha Trang 芽庄	xe đò 客车, 公共汽车

_____

_____

_____

_____

_____

_____

_____

BÀI 11   Ở KHÁCH SẠN

Phần I: Nghe và viết lại các từ sau.

1) _____   2) _____   3) _____

4) _____   5) _____   6) _____

7) _____   8) _____   9) _____

10) _____   11) _____   12) _____

13) _____   14) _____   15) _____

16) _____   17) _____   18) _____

19) _____   20) _____   21) _____

Phần II: Hội thoại

 Từ mới

phòng trống　空房间	phòng tổng thống　总统套房
suốt　连续的	giặt　洗涤
là　熨	xông hơi　桑拿浴

1. Nghe hội thoại ngắn rồi trả lời câu hỏi sau đây.

1) Khách sạn này còn phòng trống không?

_____

2) Khách sạn này có các loại phòng nào?

_____

3) Cô muốn đặt loại phòng nào?

_____

4) Phòng đơn bao nhiêu tiền một ngày?

_____

5) Cô định ở mấy ngày?

_____

6) Khách sạn này cung cấp các dịch vụ nào?

_____

7) Cô ở phòng số mấy?

_____

8) Tiền thuê phòng của cô tất cả là bao nhiêu?

_____

 Từ mới

thang máy 电梯	ngân hàng 银行
gần nhất 最近的	

2. Nghe hội thoại ngắn rồi lựa chọn đáp án đúng.

1) Chị ấy muốn thuê loại phòng nào?

   A. phòng đơn.

   B. phòng đôi.

   C. phòng hai giường.

2) Chị ấy sẽ ở khách sạn đó mấy ngày?

   A. 4 ngày.

   B. 5 ngày.

   C. 6 ngày.

3) Phòng của chị ấy là phòng nào?

    A. phòng số 3 bên tay trái.

    B. phòng số 3 bên tay phải.

    C. phòng số 4 bên tay phải.

4) Từ khách sạn đến ngân hàng gần nhất đi bộ mất khoảng bao lâu?

    A. khoảng 10 phút.

    B. khoảng 15 phút.

    C. khoảng 20 phút.

 Từ mới

cả...lẫn...　和	vui lòng　不齐; 乐意
khách sạn năm sao　五星级酒店	tiện nghi　生活设施
bể bơi trong nhà　室内游泳池	nhà ăn sân vườn　花园餐厅

3. Nghe bài hội thoại và điền từ vào chỗ trống.

1) - Chào chị, _____?

  - Còn, _____.

  - Phòng đôi giá bao nhiêu?

  - _____.

  - Chị _____.

  - _____?

  - _____.

  - Mời chị _____.

  Đây là _____, phòng số _____.

2) - Chị _____?

  - Tôi đi đấy một lần. Đó là _____.

  _____.

Khách sạn còn có _____ ,

_____ .

- Một phòng bao nhiêu tiền một ngày?

- Hơi đắt, _____ .

Phần III: Nghe và viết lại bài văn.

Từ mới

ít ỏi 稀少	cũ kỹ 陈旧, 古老
nhà đầu tư 投资者	nhanh chóng 迅速, 快捷
đáp ứng 满足	sửa sang 修整

_____

_____

_____

_____

_____

_____

_____

_____

BÀI 12   Ở BỆNH VIỆN

Phần I: Nghe và viết lại các từ sau.

1) _____   2) _____   3) _____

4) _____   5) _____   6) _____

7) _____   8) _____   9) _____

10) _____   11) _____   12) _____

13) _____   14) _____   15) _____

16) _____   17) _____   18) _____

19) _____   20) _____   21) _____

Phần II: Hội thoại

 Từ mới

triệu chứng 症状	hắt hơi 打喷嚏
cặp 夹住	nhiệt kế 温度计
trở ngại 障碍	kiêng 禁忌, 忌讳

1. Nghe hội thoại ngắn rồi trả lời câu hỏi sau đây.

1) Chị ấy có những triệu chứng gì?

_____

2) Triệu chứng này đã bao lâu rồi?

_____

3) Hôm qua, chị ấy có thấy sốt không?

_____

4) Bây giờ chị vẫn sốt chưa?

_____

5) Chị ấy ăn uống thế nào?

_____

6) Theo bác sĩ, chị ấy bị làm sao?

_____

7) Chị ấy một ngày uống mấy lần thuốc? Và mỗi lần mấy viên?

_____

8) Bác sĩ nhắc nhở chị ấy phải kiêng những gì?

_____

_____

 Từ mới

sốt 发烧	bệnh chứng 病征
dạ dày 胃	nôn khan 干呕
chán ăn 食欲不振	huyết áp 血压
đầu váng mắt hoa 头昏眼花	

2. Nghe bốn hội thoại ngắn rồi lựa chọn đáp án đúng.

1) Tối qua chị ấy sốt bao nhiêu độ?

    A. 38 độ.

    B. 38.2 độ.

    C. 39 độ.

2) Cô ấy có những bệnh chứng gì?

    A. đau dạ dày và chán ăn.

B. nôn khan và chán ăn.

C. đau dạ dày , nôn khan và chán ăn.

3) Bà em Văn bị làm sao?

    A. huyết áp cao, bị bệnh tim mạch.

    B. huyết áp cao, bị bệnh viêm.

    C. huyết áp thấp, đầu váng mắt hoa.

4) Chị ấy phải uống mấy viên thuốc một ngày?

    A. 3.

    B. 4.

    C. 7.

 Từ mới

gãy 折断	ấn 摁, 按
bó 包扎固定	khó chịu 不舒服

3. Nghe bài hội thoại và điền từ vào chỗ trống.

1) - _____?

    - Tôi bị _____.

    - Tôi _____?

    - Vâng, đau lắm.

    - Tôi _____ cho anh.

    - _____.

    - Cảm ơn bác sĩ.

    - _____.

2) - _____, chị?

    - Có, chị bị làm sao?

    - Tôi _____, _____.

- Chị có _____ không?

- Có, _____.

- Chị có _____ không?

- Hôm qua _____.

- _____.

Phần III: Nghe và viết lại bài văn.

Từ mới

bao bọc 围绕, 环绕	mạch máu 血管
dây thần kinh 神经	tuyến mồ hôi 汗腺

_____

_____

_____

_____

_____

_____

_____

BÀI 13   ĐI DU LỊCH

Phần I: Nghe và viết lại các từ sau.

1) _____   2) _____   3) _____
4) _____   5) _____   6) _____
7) _____   8) _____   9) _____
10) _____   11) _____   12) _____
13) _____   14) _____   15) _____
16) _____   17) _____   18) _____
19) _____   20) _____   21) _____

Phần II: Hội thoại

 Từ mới

quãng	段	đường cao tốc	高速路
cổ trấn	古镇	núi tuyết	雪山

1. Nghe hội thoại ngắn rồi trả lời câu hỏi sau đây.

1) Theo bài, các bạn chuẩn bị từ đâu đến đâu?

_____

2) Quãng đường các bạn đi có bao xa?

_____

3) Phải mất mấy tiếng đồng hồ?

_____

4) Đường đi có tốt không?

_____

5) Đi xe ô tô nhanh hơn hay là đi xe lửa nhanh hơn?

_____

_____

6) Ở Lệ Giang các bạn sẽ đi những điểm du lịch nào?

_____

_____

 Từ mới

trọn gói 整套	danh sách 名单
thích hợp 适合	sắp xếp 安排
bảng giá 价目表	

2. Nghe hội thoại ngắn rồi lựa chọn đáp án đúng.

1) Chị ấy muốn làm gì?

   A. muốn đi du lịch Hà Nội.

   B. muốn đi du lịch một vài nơi.

   C. muốn đi du lịch với một bạn thân.

2) Công ty này có những chuyến đi trọn gói trong mấy ngày?

   A. từ 1 đến 3.

   B. từ 1 đến 5.

   C. từ 1 đến 8.

3) Cuối cùng chị định đi đâu?

   A. Vịnh Hạ Long.

B. Hà Nội.

C. Sầm Sơn.

4) Theo chức viên chuyến đi nào hợp với chị ấy hơn?

A. 22 A Hà Nội.

B. 12 A Sầm Sơn.

C. 2 A Vịnh Hạ Long.

5) Sự sắp xếp của chương trình này không bao gồm _____.

A. đi Tuần Châu

B. đi công viên Hoàng Gia

C. ăn món hải sản

 Từ mới

giới thiệu 介绍	cố đô 故都
di tích 遗迹	lăng tẩm 陵寝
đăng ký 登记	hộ chiếu 护照
visa 签证	đoàn du lịch 旅行团
nộp 呈递	

3. Nghe bài hội thoại và điền từ vào chỗ trống.

1) - Chị Hoa ơi, _____,

_____.

- Chị Lâm _____?

- Hà Nội và Huế.

- Vâng. _____.

_____

_____

- Còn Huế?

- Huế là _____ , có những

_____

2) - Chào cô!

   - Chào bà!

   - Tôi muốn _____ .

   - _____ ?

   - Đi _____ .

   - _____ ?

   - Bà _____ .

   - Tôi _____ ,

   _____ ?

   - Vâng. _____ .

   _____ .

Phần III: Nghe và viết lại bài văn.

Từ mới

đồng bằng	平原	kinh đô	京都
nổi bật	显眼, 突出	danh hiệu	称号

_____

_____

_____

_____

_____

BÀI 14   Ở NGÂN HÀNG

Phần I: Nghe và viết lại các từ sau.

1) _____   2) _____   3) _____

4) _____   5) _____   6) _____

7) _____   8) _____   9) _____

10) _____   11) _____   12) _____

13) _____   14) _____   15) _____

16) _____   17) _____   18) _____

19) _____   20) _____   21) _____

Phần II: Hội thoại

 Từ mới

mở tài khoản　开户	thủ tục　手续
trước hết　首先	chứng minh thư nhân dân　身份证
món　一笔	tiết lộ　泄露

1. Nghe hội thoại ngắn rồi trả lời câu hỏi sau đây.

1) Chị muốn mở tài khoản gì?

_____

2) Thủ tục mở tài khoản có phiền phức không?

_____

54

3) Làm thủ tục mở tài khoản trước hết phải làm gì?

_____

4) Tiếp theo nên làm gì?

_____

5) Mở tài khoản cần giấy tờ gì?

_____

6) Chị muốn gửi bao nhiêu tiền?

_____

7) Cuối cùng, nhân viên ngân hàng đã nhắc nhở chị điều gì?

_____

 Từ mới

dịch vụ 业务	ngoài tệ 外币
nhận 接收	

2. Nghe hội thoại ngắn rồi lựa chọn đáp án đúng.

1) Chị có tiền gì?

   A. đô la Mỹ.

   B. nhân dân tệ.

   C. đồng Việt Nam.

2) Chị muốn nhận tiền gì?

   A. đô la Mỹ.

   B. nhân dân tệ.

   C. đồng Việt Nam.

3) Tỷ giá hôm nay là bao nhiêu?

   A. 1:22767.

   B. 1:23767.

C. 1:22747.

4) Cuối cùng, chị đổi được bao nhiêu tiền?

    A. 22767000.

    B. 237670000.

    C. 22747000.

 Từ mới

séc du lịch　旅游支票	mệnh giá　面值
đếm　点数	thẻ rút tiền　提款卡
sổ tay　小本子	sửa đổi mật mã　修改密码
lặp lại　重复	

3. Nghe bài hội thoại và điền từ vào chỗ trống.

1) - Chị cần gì?

    - Tôi muốn _____.

    - Chị cần _____?

    - _____, _____,

    _____.

    - Tiền đây. Xin _____.

    - Vâng. Cảm ơn chị.

2) - Xin lỗi chị, _____.

    - Vâng. Xin _____

    _____.

    - _____?

    - Vâng. _____

    _____.

    Nếu không, _____.

    - Cảm ơn.

Phần III: Nghe và viết lại bài văn.

Từ mới

cơ sở hạ tầng 基础设施	tài chính 财政
thành lập 成立	hỗ trợ 互助
sáng kiến 建议；创举	ủng hộ 赞成，支持
dự kiến 预案	thỏa thuận 协议；协商

_____

_____

_____

_____

_____

_____

_____

BÀI 15   THỜI TIẾT

Phần I: Nghe và viết lại các từ sau.

1) _____   2) _____   3) _____

4) _____   5) _____   6) _____

7) _____   8) _____   9) _____

10) _____   11) _____   12) _____

13) _____   14) _____   15) _____

16) _____   17) _____   18) _____

19) _____   20) _____   21) _____

Phần II: Hội thoại

1. Nghe hội thoại ngắn rồi trả lời câu hỏi sau đây.

1) Hôm nay thời tiết thế nào?

_____

2) Theo chị ấy thời tiết miền Bắc Việt Nam thế nào?

_____

3) Thời tiết miền Năm Việt Nam thế nào?

_____

4) Ở Việt Nam, mùa đông có mưa tuyết không?

_____

5) Mùa hè ở Hà Nội nóng nhất bao nhiêu độ?

_____

6) Mùa đông ở Hà Nội lạnh nhất là bao nhiêu độ?

_____

 Từ mới

râm	阴	trưa	中午
nắng	放晴	áo mưa	雨衣
thông báo	通知	tin	消息

2. Nghe hội thoại ngắn rồi lựa chọn đáp án đúng.

1) Sáng nay thời tiết thế nào?

    A. râm.

    B. nắng.

    C. mưa.

2) Chị định đi đâu?

    A. Côn Minh.

    B. Đại Lý.

    C. Vân Nam.

3) Chị ấy định đi mấy ngày?

    A. một ngày.

    B. ba ngày.

    C. bảy ngày.

4) Những ngày sau thời tiết nơi chị đi du lịch thế nào?

    A. râm.

    B. nắng.

    C. mưa.

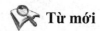 **Từ mới**

điều 条, 项	bốn mùa như xuân 四季如春
suốt 整个	giảm xuống 减少, 减弱

3. Nghe bài hội thoại và điền từ vào chỗ trống.

- Chào chị Linh, _____?

- Vâng, _____.

- Thế à, _____,

  xin chị _____.

- Vâng. Côn Minh _____.

  _____.

- _____ của Côn Minh là những tháng nào?

- _____. Vào thời gian này, _____

  _____.

- Thì _____ là tháng nào?

- _____.

  _____.

- _____?

- _____.

Phần III: Nghe và viết lại bài văn.

 Từ mới

trọn 全	phân bố 分布
riêng biệt 特有, 独特	gió mùa 季风
rìa 旁边, 边缘	

BÀI 16 NGÀY TẾT

Phần I: Nghe và viết lại các từ sau.

1) _____ 2) _____ 3) _____

4) _____ 5) _____ 6) _____

7) _____ 8) _____ 9) _____

10) _____ 11) _____ 12) _____

13) _____ 14) _____ 15) _____

16) _____ 17) _____ 18) _____

19) _____ 20) _____ 21) _____

Phần II: Hội thoại

 Từ mới

lễ tết 节日	giống như 好像, 好比
tết Hàn thực 寒食节	tết Trùng Thập 重十节
tứ thời 四时, 四季	

1. Nghe hội thoại ngắn rồi trả lời câu hỏi sau đây.

1) Chị Hoa mời chị Lan giới thiệu những điều gì?

_____

2) Người Việt Nam có ăn Tết nguyên Đán không?

_____

3) Ngoài Tết nguyên đán, Việt Nam còn có những lễ tết gì?

_____

_____

4) Tết Trùng Thập là tết gì?

_____

_____

_____

5) Người Việt có ăn tết năm mới theo dương lịch không?

_____

6) Đối với người Việt, tết nào là lễ tết quan trọng nhất trong năm?

_____

 Từ mới

vạn sự như ý 万事如意	mâm ngũ quả 五果盘
tranh Đông Hồ 东湖画	phước lộc 福禄

2. Nghe hội thoại ngắn rồi lựa chọn đáp án đúng.

1) Hai chị đang bàn về tết gì?

    A. tết năm mới.

    B. tết Nguyên đán.

    C. tết Trung Thu.

2) Theo hội thoại, các đồ sau, cái nào không thuộc tết này?

    A. hoa nhai.

    B. quít.

    C. tranh Đông Hồ.

3) Các đồ trong hội thoại có tượng trưng gì?

    A. đầu xuân.

B. phước lộc.

C. như ý.

4) Các phong tục sau, điều nào không thuộc tết trong hội thoại?

A. hái lộc.

B. chúc tết.

C. leo núi.

 Từ mới

dịp 机会	cuối cùng 最后
mùng 初	rưỡi 半

3. Nghe bài hội thoại và điền từ vào chỗ trống.

- Xin hỏi chị, _____

_____?

- _____: _____,

_____.

- Và _____ được nghỉ mấy ngày?

- _____: _____

_____.

- Còn _____ được nghỉ mấy ngày?

- _____: _____.

Phần III: Nghe và viết lại bài văn.

 Từ mới

rằm	望日（常指阴历每月十五日）	trẻ em	小孩子
mong đợi	期待, 等待	phá cỗ	聚餐
thoả thích	痛快, 过瘾		

_____

_____

_____

_____

_____

_____

_____

_____

听力文本

BÀI 1   CHÀO HỎI

Phần I: Ngữ âm và thanh điệu

1. Nghe và điền các nguyên âm đơn vào chỗ trống.

1) ă	2) ư	3) ô
4) o	5) a	6) i(y)
7) u	8) ơ	9) e
10) ê	11) â	

2. Nghe và điền các phụ âm vào chỗ trống.

1) n	2) p	3) b
4) x	5) s	6) th
7) nh	8) đ	9) tr
10) ch	11) l	12) ph
13) v	14) t	15) c
16) gi	17) d	18) ng
19) k	20) kh	21) r
22) q	23) g	24) h
25) m		

3. Nghe ghi âm và điền dấu vào các chữ sau:

Tôi là sinh viên. Anh Vĩ cũng là sinh viên. Chúng tôi là bạn học. Chúng tôi học tiếng Việt. Cuối tuần, chúng tôi thường đi thư viện ôn bài. Chúng tôi đều thích tiếng Việt.

4. Nghe ghi âm chọn từ đúng điền vào chỗ trống.

1) d	A. d	B. r	C. s
2) ng	A. c	B. g	C. ng
3) ch	A. ch	B. tr	C. gi
4) h	A. kh	B. h	C. g
5) v	A. ph	B. v	C. p
6) ă	A. a	B. â	C. ă
7) i	A. i	B. ê	C. e
8) va	A. ba	B. va	C. pa
9) o	A. o	B. ô	C. u
10) nga	A. a	B. ga	C. nga

Phần II: Hội thoại

1. Nghe năm hội thoại ngắn rồi lựa chọn đáp án đúng.

1) - Cháu chào bác ạ!

   - Chào cháu!

   - Dạo này bác có khỏe không?

   - Ừ, không khỏe lắm. Bố cháu có khỏe không?

   - Cảm ơn bác, bố em bình thường.

2) - Chào các bạn!

   - Chào cô! Xin hỏi, cô có biết bác ấy là ai không?

   - Có, bác ấy là bác Lê, giáo sư của trường ta.

3) - Chào Lan!

   - Chào anh Tuấn! Đã lâu không gặp Châu. Anh có biết chị ấy có khỏe không?

   - Ừ, chị ấy khỏe lắm, chị ấy đang học tiếng Anh, bận lắm.

   - Thảo nào.

4) - Chị Linh ơi. Xin hỏi, anh ấy là anh Vị phải không?

   - Không, anh ấy không phải là anh Vị. Anh ấy là anh Vĩ, bạn học của tôi.

5) - Chào anh Hùng!

- Chào anh Hồng!

- Dạo này anh có bận không?

- Vâng, dạo này tôi bận lắm.

2. Nghe bài hội thoại và điền từ vào chỗ trống.

1) - Chào anh!

- Chào chị!

- Rất vui được gặp anh!

- Tôi cũng rất vui được gặp chị!

- Xin hỏi, anh tên là gì?

- Tôi tên là Vĩ. Còn chị?

- Tôi tên là Hoa. Anh là sinh viên, phải không?

- Vâng tôi là sinh viên. Chị cũng là sinh viên, phải không?

- Vâng.

2) - Chào chị Vi!

- Chào chị Vân! Dạo này chị có khỏe không?

- Cảm ơn chị, tôi khỏe. Còn chị Vi?

- Cảm ơn chị, tôi cũng khỏe.

- Chị Vi ơi, anh ấy là ai?

- Anh ấy là anh Cường, là bạn học của tôi.

- Xin hỏi chị, chữ 'Cường' tiếng Việt viết thế nào?

- C-U-Ơ-N-G dấu huyền 'Cường'.

- Thế à, cảm ơn chị.

BÀI 2   NGHỀ NGHIỆP

Phần I: Ngữ âm và thanh điệu

1. Nghe và điền các âm tiết vào chỗ trống.

1) bo   2) po   3) bồ

4) pồ	5) bu	6) pu
7) mụ	8) nụ	9) mỏ
10) nỏ	11) mộ	12) nộ
13) tá	14) đá	15) thá
16) tỏ	17) đỏ	18) thỏ
19) tố	20) đố	21) tở
22) đớ	23) thớ	24) phẹ
25) phệ	26) vo	27) vô
28) hu	29) hư	30) hỉ

2. Nghe ghi âm chọn từ đúng điền vào chỗ trống.

1) __ra__	A. da	B. ra	C. gia
2) __ga__	A. ga	B. nga	C. nha
3) __gu__	A. gu	B. gô	C. ngu
4) __đô__	A. đo	B. đô	C. đu
5) __tư__	A. ta	B. tơ	C. tư
6) __đê__	A. nê	B. lê	C. đê
7) __cử__	A. cừ	B. cử	C. cự
8) __ló__	A. đó	B. nó	C. ló
9) __gồ__	A. gồ	B. hồ	C. ồ
10) __lã__	A. lã	B. lả	C. lá

Phần II: Hội thoại

1. Nghe hội thoại ngắn rồi lựa chọn đáp án đúng.

   - Chào chị Thủy. Chị đi đâu đấy?

   - Chào chị Lan. Tôi đi làm.

   - Chị làm việc ở đâu?

   - Tôi làm thư ký ở Công ty Du lịch Vân Nam.

   Còn chị, chị đi đâu đấy?

69

- À, tôi đi chợ.

- Dạo này chị làm gì, chị Lan?

- Dạo này tôi ở nhà, làm nội trợ.

2. Nghe bài hội thoại và điền từ vào chỗ trống.

1) - Xin giới thiệu, đây là anh Văn, còn đây là anh Nam!

   - Chào anh, rất hân hạnh được gặp anh.

   - Chào anh , tôi cũng rất hân hạnh được gặp anh.

   - Xin hỏi, anh làm nghề gì?

   - Tôi là bác sĩ. Còn anh, anh làm gì?

   - Tôi là sinh viên năm thứ tư. Cô Nga là giáo viên của tôi.

2) - Ông ấy là ai?

   - Ông ấy là Cương, là giám đốc của công ty Mỹ Sơn.

   - Còn ông kia là ai?

   - À, ông kia là kỹ sư cao cấp của công ty Mỹ Sơn.

3) - Cháu chào bác ạ!

   - Chào cháu. Hiện nay, cháu làm nghề gì?

   - Cháu là luật sư, bác ạ. Bác đã về hưu chưa?

   - Rồi, đã hai tháng rồi. Cháu làm việc ở đâu?

   - Ở một công ty Pháp Luật phố Huế.

BÀI 3   QUỐC TỊCH VÀ NGÔN NGỮ

Phần I: Ngữ âm

1. Nghe và điền các âm tiết vào chỗ trống.

1) quê	2) cơ	3) kê
4) quá	5) khá	6) kỷ
7) cũ	8) kho	9) chư
10) trơ	11) xe	12) sê

13) gì   14) dị   15) ri

16) ghe   17) gư   18) nghê

19) nhe   20) gơ   21) ngư

22) nhớ   23) lư   24) vo

25) nho

2. Nghe ghi âm chọn từ đúng điền vào chỗ trống.

1) ___tủi___   A. đùi   B. tùy   C. tủi

2) ___cắn___   A. gán   B. cán   C. cắn

3) ___rải___   A. rải   B. dải   C. rẻ

4) ___đao___   A. đau   B. đao   C. đâu

5) ___gửi___   A. gởi   B. gẩy   C. gửi

6) ___tối___   A. túi   B. tối   C. tói

7) ___tai___   A. tay   B. tai   C. tây

8) ___hơi___   A. hai   B. he   C. hơi

9) ___thấy___   A. thé   B. thế   C. thấy

10) ___tỏi___   A. tỏi   B. tói   C. đổi

Phần II: Hội thoại

1. Nghe hội thoại ngắn rồi lựa chọn đáp án đúng.

1) - Chào anh Vĩ. Chào chị.

   - Chào Tom. Đây là Cô Lucy, bạn tôi.

   - Chào chị. Xin hỏi, chị là người nước nào?

   - Tôi là người Anh. Anh Tom là người nước nào?

   - Tôi là người Mỹ.

2) - Chào anh. Xin hỏi, anh là người Đức, phải không?

   - Không phải. Tôi không phải là người Đức. Tôi là người Úc.

     Còn cô, cô là người nước nào?

   - Tôi là người Nhật.

- Rất vui được gặp cô.

- Rất vui được gặp anh.

3) - Chào chị. Xin lỗi , chị là sinh viên, phải không?

  - Vâng, tôi là sinh viên. Còn anh?

  - Tôi cũng là sinh viên. Chị học tiếng gì?

  - Tôi học tiếng Việt. Còn anh, anh cũng học tiếng Việt phải không?

  - Vâng, tôi học tiếng Việt, ngoài ra tôi còn học tiếng Pháp.

2. Nghe bài hội thoại và điền từ vào chỗ trống.

1) - Em chào cô ạ!

  - Chào em! Em là người nước nào?

  - Em là người Mỹ.

  - Em đến Việt Nam bao lâu rồi?

  - Đã một năm rồi.

  - Em học tiếng gì?

  - Em học tiếng Việt.

2) - Xin hỏi, ông có phải là ông Lê không?

  - Vâng, tôi là Lê.

  - Chào ông Lê. Tôi là Ra Ny, đến từ Campuchia.

    Ông là người Việt Nam , phải không?

  - Không, tôi không phải là người Việt Nam , tôi là người Lào.

Phần III: Nghe và viết bài văn.

Chào các bạn. Tên em là Linh. Em là lưu học sinh. Em là người Việt Nam. Em đến Trung Quốc đã hai năm rồi. Em học tiếng Trung. Lớp tôi có 22 sinh viên. Các bạn học đến từ các nước khác nhau, như Việt Nam, Thái Lan, Lào, Campuchia, Myanma... Chúng tôi thích học tiếng Trung.

BÀI 4 HỎI GIỜ

Phần I: Ngữ âm

1. Nghe và điền các âm tiết vào chỗ trống.

1) bai	2) bay	3) tai
4) tay	5) hây	6) hơi
7) mây	8) mơi	9) tiu
10) tưu	11) liu	12) lưu
13) mao	14) mau	15) mâu
16) thao	17) thau	18) thâu
19) noi	20) nôi	21) soi
22) sôi	23) leo	24) lêu
25) gieo	26) giêu	27) phều
28) phèo	29) xeo	30) xiu

2. Nghe ghi âm chọn từ đúng điền vào chỗ trống.

1) ___ênh___	A. anh	B. ênh	C. inh
2) ___ach___	A. ach	B. êch	C. ich
3) ___gánh___	A. ánh	B. gáy	C. gánh
4) ___các___	A. các	B. cắc	C. gác
5) ___mệnh___	A. mợn	B. mệnh	C. mận
6) ___mất___	A. mứt	B. mất	C. mức
7) ___mét___	A. mét	B. bết	C. méc
8) ___hốt___	A. hút	B. hót	C. hốt
9) ___oc___	A. oc	B. ôc	C. ooc
10) ___ơt___	A. ưt	B. ât	C. ơt

Phần II: Hội thoại

1. Nghe năm hội thoại ngắn rồi lựa chọn đáp án đúng.

1) - Mấy giờ rồi, chị Mai?

   - Bây giờ là 9 giờ 48 phút rồi.

   - Cám ơn chị.

2) - Anh Đinh ơi, bây giờ mấy giờ rồi?

   - 10 giờ 15 phút.

   - Ngày mai mấy giờ lên lớp?

   - 10 giờ kém 15 phút.

3) - Đào ơi, nhanh lên. Sắp muộn rồi.

   - Mấy giờ rồi?

   - 8 giờ 50 phút.

   - Chỉ còn 5 phút thì lên lớp rồi. Ta đi đi.

4) - Không sớm lắm, bao giờ cô về nhà?

   - Tôi về nhà lúc 9 giờ tối.

5) - Hàng ngày anh đi thư viện ôn bài lúc mấy giờ?

   - Khoảng 9 giờ rưỡi. Còn chị?

   - Muộn hơn anh nửa tiếng.

2. Nghe bài hội thoại và điền từ vào chỗ trống.

1) - Anh Vĩ, hôm nay lớp học bắt đầu lúc mấy giờ?

   - Để tôi xem... à, hôm nay là thứ mấy?

   - Hôm nay là thứ năm.

   - Thế thì, lớp học bắt đầu lúc 9 giờ rưỡi.

   - Thế à! Chết rồi, còn có 15 phút nữa.

2) - Xin lỗi, bây giờ mấy giờ rồi?

   - Bây giờ là bảy giờ năm mươi phút.

   - Đồng hồ bạn chạy đúng không?

   - Đông hồ tôi chạy nhanh năm phút.

   - Thế bây giờ là tám giờ kém mười lăm phút. Sắp muộn rồi.

   Chào bạn nhé!

Phần III: Nghe và viết bài văn.

Hàng ngày tôi dậy từ bảy giờ rưỡi. Chúng tôi lên lớp lúc chín giờ, tan lớp lúc mười hai giờ. Khoảng mười hai giờ mười phút chúng tôi đi nhà ăn ăn cơm. Buổi chiều chúng tôi thường học từ mười ba giờ đến mười sáu giờ bốn mươi phút. Và khoảng mười bảy giờ rưỡi, tôi với bạn đi ăn chiều. Mười chín giờ đến hai mươi mốt giờ tôi thường đi thư viện tự học hai tiếng. Ngủ vào hai mươi ba giờ.

BÀI 5   HỎI TUỔI

Phần I: Ngữ âm

1. Nghe và điền các âm tiết vào chỗ trống.

1) bam	2) băm	3) băn
4) ban	5) cơm	6) cơn
7) sơm	8) sơn	9) lem
10) lêm	11) đêm	12) đâm
13) rân	14) râm	15) tơm
16) tơn	17) cam	18) căm
19) săm	20) săn	21) câm
22) cân	23) khen	24) kem
25) ken		

2. Nghe ghi âm chọn từ đúng điền vào chỗ trống.

1) ____ươi____   A. ươi   B. ưi   C. ơi

2) ____uân____   A. un   B. uân   C. uôn

3) ____ươc____   A. ươt   B. ươc

4) ____ưu____   A. ươu   B. ưu   C. iêu

5) ____ươm____   A. ươm   B. ươp

6) ____ươt____   A. ươn   B. ươt

7) ___uy___   A. uây   B. ui   C. uy

8) ___ươn___ A. ương   B. ươn

9) ___uât___ A. uân   B. uât

10) ___un___ A. uôn   B. un   C. ôn

Phần II: Hội thoại

1. Nghe hội thoại ngắn rồi lựa chọn đáp án đúng.

   - Chào anh Lợi, anh đi đâu đấy?

   - Chào chị Hoa, tôi đi cửa hàng mua những quà tặng.

   - Anh mua quà tặng cho chị Lan, phải không?

   - Vâng, sắp đến ngày sinh của chị ấy rồi.

   - Ngày sinh nhật của chị ấy là ngày nào?

   - Là ngày 2 tháng 5.

   - Năm nay chị ấy bao nhiêu tuổi?

   - 26 tuổi.

   - À, tôi bằng tuổi chị ấy, nhưng chị ấy lớn hơn tôi 3tháng.

2. Nghe bài hội thoại và điền từ vào chỗ trống.

1) - Em đã mua quà sinh nhật cho mẹ không?

   - Không, em đã quên rồi. Ngày sinh nhật của mẹ là ngày nào?

   - Ngày 14 tháng 12.

   - Chỉ còn 2 ngày thôi. Cảm ơn chị.

   - Mẹ thích hoa hồng lắm. Chúng ta đi mua một bó hoa cho mẹ, em thấy thế nào?

   - Rất tốt, ta đi đi.

2) - Chị Vi ơi, ngày sinh nhật của chị là ngày nào?

   - Ngày 2 tháng 8. Còn chị?

   - Ngày sinh nhật của tôi là ngày 28 tháng 6.

   - À, ngày sinh nhật của anh Hùng cũng là ngày 28 tháng 6.

   - Tôi sinh năm 1990, năm nay tôi 26 tuổi? Anh ấy cũng là 26 tuổi phải không?

- Hình như anh ấy sinh năm 1989, lớn hơn chị một tuổi.

- À thế à. Còn chị, năm nay chị bao nhiêu tuổi?

- Tôi cũng sinh năm 1990. Năm nay 26 tuổi.

Phần III: Nghe và viết bài văn.

Gia đình em có năm người, ông bà em , bố mẹ em và em. Năm nay, ông em 76 tuổi, bà em 73 tuổi. Ông bà em đã về hưu. Ông em thích đi câu cá. Bà em thích làm việc nhà. Bố em 48 tuổi, mẹ em 44 tuổi. Bố em là kỹ sư, thích chơi cầu lông. Mẹ em thích vẽ tranh. Em 18 tuổi, học tiếng Việt ở trường Đại học Dân tộc Vân Nam. Em thích xem phim và chơi bóng đá.

BÀI 6   NGÀY THÁNG NĂM

Phần I: Ngữ âm

1. Nghe và điền các âm tiết vào chỗ trống.

1) văng	2) vang	3) bâng
4) bưng	5) đông	6) đung
7) đong	8) đênh	9) đinh
10) danh	11) xeng	12) xanh
13) khênh	14) khinh	15) sim
16) sin	17) vũm	18) vun
19) nùn	20) núm	21) lệnh
22) lâng	23) canh	24) keng
25) phim		

2. Nghe ghi âm chọn từ đúng điền vào chỗ trống.

1) __bong__   A. bong   B. bông   C. bung

2) __phung__   A. phong   B. phông   C. phung

3) __đung__   A. tong   B. đông   C. đung

4) __bưng__   A. bâng   B. bưng

5) ___trưng___   A. trâng   B. trưng

6) ___nâng___   A. nâng   B. nưng

7) ___mênh___   A. manh   B. meng   C. mênh

8) ___khinh___   A. khênh   B. khinh

9) ___keng___   A. canh   B. keng

10) ___bang___   A. bang   B. băng   C. păng

Phần II: Hội thoại

1. Nghe hội thoại ngắn rồi lựa chọn đáp án đúng.

    - Chào chị Lan!

    - Chào chị Dinh! Nghe nói chị sắp về nước rồi, phải không chị?

    - Vâng, ngày 15 tháng tư tôi sẽ về nước.

    - Chỉ có 4 ngày rồi. Thế chị định về Côn Minh ngày nào?

    - Tôi cũng không biết. Cuối tháng tư tôi định đi Thành phố Hồ Chí Minh và ngày 5 tháng sau sẽ đi chơi Thái Lan.

2. Nghe hội thoại ngắn rồi lựa chọn đáp án đúng.

    - Tân ơi , hôm nay là ngày bao nhiêu, thứ mấy?

    - Hôm nay là ngày 18 tháng 11, chủ nhật.

    - Thế 2 ngày sau thì là Ngày nhà giáo Việt Nam.

    - Mai ta đi dạo phố đi.

    - Em muốn mua gì?

    - Ta mua những bó hoa tặng cho các thầy cô, thế nào?

    - Rất tốt, ta đi đi.

3. Nghe bài hội thoại và điền từ vào chỗ trống.

1) - Mai cô sẽ đi bưu điện lấy bưu phẩm phải không?

    - Hôm nay là ngày bao nhiêu?

    - Ngày 13 tháng bảy.

    - Vậng ạ, ngày mai tôi sẽ đi bưu điện.

- Xin chị lấy giúp tôi một bức thư bảo đảm.

2) - Xin hỏi mẹ, ngày sinh của mẹ là ngày nào ?

- Ngày 30 tháng 1dương lịch.

- Thế ngày sinh của bố em là ngày nào ?

- Ngày sinh của bố em là 20 tháng 11 âm lịch.

- Còn ông em, ngày sinh của ông em là ngày bao nhiêu?

- Là 18 tháng 9.

Phần III: Nghe và viết bài văn.

Nghỉ hè năm nay, tôi định đi chơi Việt Nam với bạn tôi. Ngày 15 tháng 7, chúng ta từ Côn Minh đến Hà Nội bằng máy bay. Ngày 16 tới 18 ta đi chơi các danh lam thắng cảnh của Hà Nội. Ngày 19 ta sẽ đi Huế và ngày 21 đi Thành phố Hồ Chí Minh. Ta định ở TP Hồ Chí Minh 2 ngày rồi về nước.

BÀI 7 HỎI ĐỊA CHỈ

Phần I: Ngữ âm

1. Nghe và điền các âm tiết vào chỗ trống.

1) bấp	2) bất	3) bắt
4) xốp	5) bác	6) bách
7) mạch	8) phác	9) hạt
10) hạch	11) sách	12) quạt
13) quặt	14) sắt	15) sắc
16) sát	17) trác	18) trắc
19) móc	20) thốc	21) gấp
22) gật	23) tắc	24) chênh
25) lệch		

2. Nghe ghi âm chọn từ đúng điền vào chỗ trống.

1) __bọc__   A. bọ   B. bọt   C. bọc

2) __hốt__   A. hố   B. hốt   C. hốc

3) __mạ__   A. mạ   B. mạc   C. mạt

4) __hộp__   A. hộc   B. hột   C. hộp

5) __thắt__   A. thắc   B. thắt   C. thắp

6) __lốc__   A. lốc   B. lốt   C. lốp

7) __thóc__   A. thóc   B. thốc

8) __tất__   A. tắc   B. tất

9) __quặt__   A. quạt   B. quặt

10) __trác__   A. trác   B. trắc

Phần II: Hội thoại

1. Nghe hội thoại ngắn rồi lựa chọn đáp án đúng.

   - Xin lỗi, chị làm ơn cho tôi hỏi thăm công viên Thúy Hồ ở đây?

   - Chị đi thẳng phố kia, đến ngã tư thứ nhất thì rẽ phải, rồi qua 3 ngã tư nữa rẽ tay trái, thì công viên Thúy Hồ ở bên trái.

   - Có xa không hả chị?

   - Hơi xa một tí, nhưng mà đi xe buýt hết khoảng 10 phút. Nếu đi bộ thì mất khoảng 30 phút.

2. Nghe hội thoại ngắn rồi lựa chọn đáp án đúng.

   - Vi ơi, em muốn đi xem phim, nhưng mà không biết rạp chiếu phim ở đâu, chị có biết chưa?

   -Vâng, tôi biết. em cứ đi thẳng trước mặt, qua 2 ngã tư nữa thì rẽ phải, đi khoảng 400 mét nữa. Rạp chiếu phim ở bên phải em.

   - Thế đi bộ từ đây đến đó hết bao lâu?

   - Khoảng 15 phút.

   - Cảm ơn chị. Chị cùng đi với em nhé.

   - Thôi, tôi sẽ đi mua một quyển sách tiếng Anh.

3. Nghe bài hội thoại và điền từ vào chỗ trống.

1) - Xin lỗi, chị có biết ngân hàng ở đâu không?

- Chị đi thẳng theo đường này qua 3 ngã tư thì rẽ trái, đến ngã tư thứ hai thì rẽ trái, tiếp đi qua bệnh viện khoảng 150 mét. Ngân hàng ở bên tay phải.

- Có xa không?

- Không xa lắm. Đi bộ mất khoảng 20 phút.

- Tôi không nhớ chắc được.

- Không sao, tôi cũng sẽ đi ngân hàng, chị cùng đi nhé.

- Cảm ơn chị.

2) - Xin lỗi.

- Có việc gì à?

- Xin chị chỉ giúp tôi đường đi Thư viện Quốc Gia. Cách đây bao xa?

- Từ đây đến đó xa lắm. Anh có thể đi xe buýt hoặc tắc-xi.

- Tôi muốn đi xe buýt. Xin hỏi bến xe buýt ở đâu?

- Anh đi thẳng, đi khoảng 300 mét rẽ tay phải, rồi đi 100 mét, bến xe buýt ở bên trái.

- Cảm ơn chị. Chào chị!

Phần III: Nghe và viết bài văn.

Gần trường ta có một hiệu sách lớn. Hiệu sách này có hai tầng bán rất nhiều các loại sách như: tiểu thuyết, sách tiếng Anh, văn học, lịch sử··· Cuối tuần ta thường đi mua sách hoặc đọc sách. Đi đến hiệu sách này ta có thể đi đến đó bằng xe buýt, xe ô tô, xe máy chỉ mất chứng 10 phút thì đến được. Nếu đi xe đạp thì hết khoảng 20 phút. Hiệu sách này mở cửa từ 9 giờ sàng đến 10 giờ tối, kể cả chủ nhật.

BÀI 8   MUA HÀNG

Phần I: Ngữ âm

1. Nghe và điền các âm tiết vào chỗ trống.

1) sỉa   2) xìa   3) cua

4) giữa   5) khuya   6) xuya

7) tiên   8) biết   9) kiêm

10) yểng   11) liếc   12) khuyên

13) duyệt   14) nhuyễn   15) tủa

16) muốn   17) đuốc   18) đuôi

19) nhuộm   20) truồng   21) mướt

22) ngược   23) ngưỡng   24) bữa

25) đứa   26) triệu   27) muội

28) rưỡi   29) đướu   30) lưỡi

2. Nghe ghi âm chọn từ đúng điền vào chỗ trống.

1) ___ưu___   A. iêu   B. iu   C. ưu

2) ___iêm___   A. iêm   B. im   C. êm

3) ___ên___   A. iên   B. in   C. ên

4) ___ui___   A. uôi   B. ui   C. ôi

5) ___êp___   A. iêp   B. ip   C. êp

6) ___iêt___   A. iêt   B. it   C. êt

7) ___um___   A. uôm   B. um   C. ôm

8) ___uôn___   A. uôn   B. un   C. ôn

9) ___iêng___   A. iêng   B. eng

10) ___uya___   A. uya   B. uy   C. ia

Phần II: Hội thoại

1. Nghe bốn hội thoại ngắn rồi lựa chọn đáp án đúng.

1) - Quả nho này giá bao nhiêu, hả chị?

   - 8 nghìn đồng một cân.

   - 8 nghìn đắt quá! 6 nghìn được không?

   - Không được đâu. Quả nho này vừa to vừa ngọt. 7 nghìn thế nào?

   - Vâng, tôi mua 2 cân.

2) - Chị có bán thịt gà không?

  - Có ạ.

  - Cho tôi một con. Có thịt lợn và thịt bò không?

  - Chỉ có thịt lợn thôi.

  - Cho tôi một cân.

3) - Chào chị, xin cho tôi xem quyển từ điển tiếng Việt.

  - Chúng tôi có hai quyển: quyển của Nhà xuất bản Giáo dục và quyển của Nhà xuất

    bản Đà Nẵng. Anh cần quyển nào?

  - Cho tôi xem cả hai quyển.

  - Đây ạ.

  - Tôi định mua quyển của Nhà xuất bản Giáo dục.

4) - Chị đi đâu đấy, chị Lâm?

  - Tôi đi chợ mua bó hoa bách hợp. Chị Vân đi không?

  - Không, tôi bận lắm. Xin chị mua giúp một bó hoa hồng và một bó hoa nhài.

2. Nghe hội thoại ngắn rồi lựa chọn đáp án đúng.

  - Xin cho tôi xem chiếc áo váy này.

  - Chị cần cỡ nào?

  - Cỡ vừa.

  - Đây ạ. Chiếc này, màu đỏ trông vừa với chị.

  - Có màu xám chưa? Tôi thích màu xám hơn.

  - Có, đây ạ. Chị có thể mặc thử xem, phòng thử ở góc kia.

  - Cảm ơn.

  - Chị thử xong rồi ạ? Có vừa không?

  - Ừ.

  - Thế, chị có thích áo chắn gió này khổng? Chị có thể mặc thử áo này.

  - Vâng, tôi mặc thử đi. Cảm thấy rất hợp với chiếc áo váy này.

  - Vâng, chị mặc đẹp thế.

  - Tất cả bao nhiêu?

- 1, 4 triệu đồng.

- Có bớt được không? 1 triệu thôi.

- Không nói thách đâu!

- Thôi được. Xin gói lại giúp.

3. Nghe bài hội thoại và điền từ vào chỗ trống.

1) - Chị cần gì à?

- Tôi muốn mua rau xanh.

- Rau nào cũng tươi và rẻ.

- Cho tôi nửa cân rau cải, một mớ rau bạc hà.

- Gì nửa? Rau sống và rau muống cũng rất tươi.

- Đủ rồi. Tất cả bao nhiêu?

2) - Chị Hương ơi, tôi muốn mua một bức tranh treo tượng, hai bức tranh này, bức tranh nào đẹp hơn?

- Tôi thích bức tranh bên phải, con chó trên rất là dễ thương.

- Thật vậy, và cảm thấy màu sắc bức tranh này tươi hơn bức tranh ấy.

- Và bức tranh này hợp với cả phong cách trang trí của phòng chị.

- Vâng, thì tôi lấy bức này.

Phần III: Nghe và viết bài văn.

Chợ Đồng Xuân là một trong những chợ lớn nhất tại Hà Nội Việt Nam; là chợ lớn nhất trong khu phố cổ Hà Nội. Chợ Đồng Xuân là chợ đầu mối chủ yếu dành cho bán buôn. Bên trong, chợ được chia làm 3 tầng chủ yếu với đầy đủ các mặt hàng thiết yếu như: quần áo, kính râm, giày dép, điện thoại... Phía sau chợ có các hàng bán chim thú cảnh. Xung quanh chợ lúc nào cũng đông đúc nhộn nhịp. Hàng hóa từ đây vận chuyển đi khắp các tỉnh phía Bắc.

BÀI 9   THUÊ NHÀ

Phần I: Ngữ âm

1. Nghe và điền các âm tiết vào chỗ trống.

1) nghiêm	2) kiểm	3) thiện
4) phiền	5) kiêng	6) tiếng
7) điệp	8) tiếp	9) kiệt
10) khiết	11) xiếc	12) việc
13) nhuộm	14) nuốm	15) chuông
16) buông	17) vuột	18) tuốt
19) luộc	20) thuốc	21) lươm
22) bướp	23) sướt	24) trước
25) rước		

2. Nghe ghi âm chọn từ đúng điền vào chỗ trống.

1) _____uốt_____   A. uốt   B. ut   C. ôt

2) _____ec_____   A. iêc   B. ec

3) _____uyên_____   A. uyên   B. yên

4) _____ung_____   A. uông   B. ung   C. ông

5) _____yêt_____   A. uyêt   B. yêt

6) _____ôc_____   A. uôc   B. uc   C. ôc

7) _____ươi_____   A. ươi   B. ưi   C. ơi

8) _____uân_____   A. un   B. uân   C. uôn

9) _____ươt_____   A. ươt   B. ược

10) _____ươu_____   A. ươu   B. ưu   C. iêu

11) _____ui_____   A. uây   B. ui   C. uy

12) _____choành_____ A. choèn   B. choành

13) _____uych_____   A. uyt   B. uych

14) _____huyn_____   A. huyn   B. huynh

85

15) __nghiêu__   A. nguyu   B. nghiêu

Phần II: Hội thoại

1. Nghe hội thoại ngắn rồi trả lời câu hỏi sau đây.

- Chào cô, tôi xin tự giới thiệu, tôi là Vân. Tôi đọc quảng cáo trên mạng Internet và được biết cô muốn cho thuê nhà. Tôi đến xem ngay.

- Vâng, tôi cho thuê một phòng nhỏ trên tầng hai.

- Xin cô đưa tôi đi xem phòng, được không?

- Vâng. Ta đi đi. Đây, chị cứ xem.

- Vâng, cảm ơn cô. Diện tích của phòng này là bao nhiêu?

- Hơn 20m^2. Phòng này hướng năm, khi mùa hè thì mát hơn. Và trong phòng đủ cả các đồ nội thất như ghế, bàn, giường, tủ đựng áo quần, tủ sách···

- Rộng thật đấy, và vừa sáng vừa sạch. Xin hỏi tiền thuê mỗi tháng là bao nhiêu?

- 900 tệ.

- Phòng này tôi rất ưng ý, nhưng tôi thấy tiền thuê hơi cao, cô có thể giảm một tí không?

- Không cao đâu. Nếu chị thuê từ nửa năm trở lên thì 800 tệ một tháng.

- Vâng. Tôi định thuê một năm.

2. Nghe ba hội thoại ngắn rồi lựa chọn đáp án đúng.

1) - Chị Linh ơi, tôi muốn thuê một phòng. Xin chị xem giúp hai phòng này, phòng nào tốt hơn.

- Phòng bên phải to hơn, nhưng mà không sáng sủa. Phòng khác tuy nhỏ hơn một tí, nhưng sáng sủa hơn và có điều hòa và tủ lạnh.

- Vâng, thì tôi định thuê phòng hơi nhỏ này.

2) - Phòng của anh Vĩ này rất là tiện nghi. Tiền thuê một tháng là bao nhiêu?

- 550 tệ. Phòng chị Vân thế nào?

- Phòng tôi nhỏ hơn phòng anh, nhưng tiền thuê đắt hơn 350 tệ.

3) - Chào chị, tôi muốn đặt trước hai phòng đôi.

- Vâng, bao giờ cô đến khách sạn?

- Khoảng 5 giờ chiều. Tất cả là bao nhiêu?

- 840 tệ.

- Sao mà đắt thế.

- Vì là mùa đông khách, nếu là mùa vắng khách thì giá cả một phòng chỉ là 300 thôi.

3. Nghe bài hội thoại và điền từ vào chỗ trống.

- Chào bác, tôi nghe bạn tôi nói, bác muốn cho thuê nhà, phải không ạ bác?

- Vâng, tôi cho thuê cả ngôi nhà này, hai tầng, mỗi tầng 80m^2 với ba phòng. Tổng diện tích rộng đến 160m^2.

- Vâng, phòng này rộng thật đấy. Tôi muốn thuê làm văn phòng, rất là phù hợp.

- Vâng, làm văn phòng thật là hợp. Ngôi nhà này nằm ở vùng lõi thành phố, giao thông thuận tiện.

- Giá cả thế nào hả bác?

- 2000 đô.

- Giá hơi cao. Tôi phải báo cáo với công ty.

Phần III: Nghe và viết bài văn.

Đối với người Việt Nam, nhà ở không chỉ là thứ che mưa, che nắng, mà còn là biểu trưng của tinh thần gia tộc, là "đình miếu" của con cháu thờ phụng tổ tiên, là một hình thức tư hữu tài sản có màu sắc tôn giáo. Có lẽ vì vậy mà người Việt Nam thiết tha có một nếp nhà và mong muốn nếp nhà của mình phải luôn tiếp tục được lưu truyền cho con cháu.

(Cải biên theo Văn hóa Việt Nam với kiến trúc nhà ở, Tạp chí Kiến Trúc)

BÀI 10   GIAO THÔNG

Phần I: Nghe và viết lại các từ sau.

1) giao thông công cộng

2) chỗ bán vé

3) người bán vé

4) phương tiện giao thông

5) xe ô tô

6) xe buýt

7) xe tắc xi

8) xe lửa

9) tàu điện ngầm

10) xe máy

11) xe đạp

12) máy bay

13) sân bay

14) lối ra

15) lối vào

16) hành khách

17) người lái xe

18) trạm xăng

19) cảnh sát giao thông

20) dây an toàn

21) giờ cao điểm

Phần II: Hội thoại

1. Nghe hội thoại ngắn rồi trả lời câu hỏi sau đây.

- Chào cô. Tôi muốn mua một vé đi Hà Nội.

- Chị định đi máy bay hãng hàng không nào?

- Xin chị cho biết có những hãng hàng không nào?

- Hãng hàng không Việt Nam, hãng hàng không Nam Phương, hãng hàng không Đông phương.

- Hãng hàng Nam Phương. Mấy giờ cất cánh hả cô?

- 17:30 cất cánh tại sân bay quốc tế Trường Thủy.

- Mấy giờ máy bay sẽ hạ cánh?

- Khoảng 23:15 giờ địa phương.

- Tiền vé bao nhiêu hả cô?

- Chị muốn đi ngày nào?

- Ngày 14 tháng sau.

- Vâng, giá vé một chiều là 1486 tệ, giá vé khứ hồi là 2854 tệ.

- Cô cho mua vé khứ hồi ạ.

- Vâng.

2. Nghe đoạn hội thoại ngắn rồi lựa chọn đáp án đúng.

- Xin cô bán cho tôi một vé.

- Chị muốn mua vé đi đâu?

- Đi Huế.

- Chị đi ngày nào?

- Ngày kìa. Có chuyến tối không?

- Có. Nhưng chỉ còn vé ngồi cứng.

- Vâng, bao nhiêu một vé?

- 279 nghìn.

- Mất bao lâu?

- 13 tiếng. 7 giờ tối tàu khởi hành.

3. Nghe bài hội thoại và điền từ vào chỗ trống.

1) - Chị Lâm ơi, tôi muốn đi Đại Lý chơi. Theo chị, tôi nên đi bằng phượng tiện gì?

- Chị có thể đi bằng máy bay, ô tô hay xe lửa.

- Đi bằng máy bay mất bao lâu?

- Mất khoảng 1 tiếng.

- Còn nếu bằng xe lửa?

- Thì mất 7 tiếng nửa. Chị có thể đi chuyến tối.

- Xe lửa khởi hành lúc mấy giờ?

- 11 giờ tối và đến Đại Lý khoảng 6 giờ rưỡi.

2) - Xin lỗi, chị làm ơn cho tôi hỏi đi xe số 52 ở bến xe nào?

- Ở chỗ ngã tư có một trạm xe số 2.

- Xe này có chạy qua công viên không?

- Vâng, xe này sẽ chạy qua và trạm cuối cùng là công viên Đại Quan Lâu.

- Từ đây đến đó phải đi qua bao nhiêu trạm?

- Phải đi qua 7-8 trạm xe mới đến được.

- Bao nhiêu tiền một vé?

- 2 tệ một vé.

- Cảm chị, chào chị!

Phần III: Nghe và viết lại bài văn.

Nha Trang là một thành phố biển, cách Thành phố Hồ Chí Minh khoảng 450km về phía bắc. Từ Thành phố Hồ Chí Minh, bạn có thể đi Nha Trang bằng máy bay, xe đò hay xe lửa. Đi bằng xe lửa thì mất khoảng 12 tiếng. Bạn có thể đi chuyến tối, khởi hành lúc 18 giờ. Nhiều người thích đi du lịch ở Nha Trang vì biển Nha Trang rất đẹp.

(theo Giáo trình Tiếng Việt dành cho người nước ngoài 1, NXB Giáo dục.)

BÀI 11   Ở KHÁCH SẠN

Phần I: Nghe và viết lại các từ sau.

1) sảnh khách sạn	2) giá để hành lý
3) tủ giường	4) ghế bành
5) giường đôi	6) xà bông
7) khăn tắm	8) giấy vệ sinh
9) dầu gội	10) giá áo
11) phòng tắm	12) gối
13) chăn	14) thang máy
15) phòng đơn	16) phòng đôi
17) tiêu chuẩn tính giá	18) chìa khóa
19) hóa đơn	20) biên lai
21) đặt trước	

Phần II: Hội thoại

1. Nghe hội thoại ngắn rồi trả lời câu hỏi sau đây.

- Chào chị, tôi muốn đặt phòng, xin hỏi đây còn phòng trống không?

- Có, khách sạn chúng tôi có các loại phòng: phòng đơn, phòng đôi, phòng tổng thống. Cô muốn đặt loại phòng nào?

- Phòng đơn bao nhiêu tiền một ngày?

- 180 tệ một ngày.

- Nếu ở thời gian lâu có được rẻ một chút không?

- Cô định ở mấy ngày?

- Khoảng 15 ngày.

- Trên 10 ngày thì 140 tệ một ngày. Có nước nóng phục vụ suốt 24 tiếng và cung cấp các dịch vụ giặt là quần áo, xông hơi, đặt mua vé máy bay, tàu hỏa...

- Vâng, xin chị cho tôi một phòng.

- Xin chị điền vào phiếu này... Đấy là chìa khóa phòng, phòng số 305.

2. Nghe hội thoại ngắn rồi lựa chọn đáp án đúng.

- Tôi muốn thuê một phòng đơn.

- Chị định ở mấy ngày?

- Tôi sẽ ở 6 ngày.

- Vâng, đây là chìa khóa phòng.

- Phòng ở tầng mấy?

- Ở tầng 5. Chị đi bằng thang máy này, đến tầng 3 thì rẽ trái, đi qua 3 phòng nữa thì phòng của chị ở bên phải. Phòng số 516.

- Xin hỏi chị, gần đây có ngân hàng nào không?

- Có, gần nhất cách đây khoảng 200 mết, đi bộ khoảng 10 phút.

3. Nghe bài hội thoại và điền từ vào chỗ trống.

1) - Chào chị, còn phòng không?

- Còn, chúng tôi còn cả phòng đơn lẫn phòng đôi.

- Phòng đôi giá bao nhiêu?

- 500 nghìn đồng một tối.

- Chị cho tôi thuê một phòng đôi.

- Chị định ở mấy ngày?

- Khoảng 2 ngày.

- Mời chị vui lòng điền tờ khai này cho.

  Đây là chìa khóa phòng, phòng số 208.

2) - Chị có biết khách sạn này thế nào chưa?

  - Tôi đi đấy một lần. Đó là một khách sạn năm sao. Trong phòng có đủ tiện nghi.

  Khách sạn còn có bể bơi trong nhà, nhà ăn sân vườn và bao ăn một bữa sáng.

  - Một phòng bao nhiêu tiền một ngày?

  - Hơi đắt, khoảng 2, 7 triệu đồng một ngày.

Phần III: Nghe và viết lại bài văn.

Cách đây khoảng mười lăm năm, hệ thống khách sạn ở Hà Nội vừa ít ỏi, nhỏ hẹp vừa cũ kỹ và lạc hậu nhiều so với các khách sạn du lịch ở nhiều nước trên thế giới. Khách du lịch chỉ tìm đến một vài cái tên quen thuộc như Thắng lợi, Hòa bình, Hoàn kiếm, Thống nhất, Thăng long. Từ khi chính phủ Việt Nam thực hiện chính sách mở cửa theo hướng kinh tế thị trường tự do, lượng khách tham quan, du lịch, thương gia và các nhà đầu tư... tăng lên nhanh chóng. Để đáp ứng nhu cầu ăn, ở của du khách quốc tế, hàng loạt khách sạn cũ đã được sửa sang, nâng cấp.

(cải biên theo Hệ thống khách sạn Hà Nội)

BÀI 12　Ở BỆNH VIỆN

Phần I: Nghe và viết lại các từ sau.

1) bị bệnh

2) bệnh nhân

3) bác sỹ

4) y tá

5) dược sĩ

6) đơn thuốc

7) tiêm

8) viên thuốc

9) phòng cấp cứu

10) phòng lấy số

11) phòng chẩn trị

12) hắt hơi

13) sốt

14) đau đầu

15) sổ mũi

16) sưng

17) bị cảm

18) viêm họng

19) ho

20) sởi

21) ung thư

Phần II: Hội thoại

1. Nghe hội thoại ngắn rồi trả lời câu hỏi sau đây.

- Chào bác sĩ ạ!

- Chào chị! Chị bị làm sao ạ?

- Tôi hắt hơi, sổ mũi và đau đầu.

- Triệu chứng này đã bao lâu rồi?

- Khoảng 2 ngày.

- Có thấy sốt không?

- Có, hôm qua 38 độ.

- Xin chị cặp nhiệt kế. Chị bị sốt cao. 39 độ. Ăn uống thế nào?

- Mấy hôm nay ăn không thấy ngon.

- Chị bị cảm, không trở ngại gì cả. Tôi kê một đơn thuốc cho chị.

- Cảm ơn bác sĩ.

- Loại thuốc này mỗi ngày uống 4 lần, mỗi lần 2 viên. Phải kiêng ăn những thứ chua cay và kiêng rượu.

2. Nghe bốn hội thoại ngắn rồi lựa chọn đáp án đúng.

1) - Chị bị làm sao?

- Tôi bị sốt.

93

- Sốt cao không?

- Tối qua 38 độ 2. Sáng nay 39 độ.

- Xin chị cặp thang nhiệt độ.

2) - Nào, cô bị làm sao?

  - Tôi đau dạ dày.

  - Còn bệnh chứng gì nữa?

  - Còn nôn khan và và chán ăn.

3) - Văn đi đâu đấy?

  - Em đi đến bệnh viện thăm bà em.

  - Bà em bị làm sao?

  - Bà em huyết áp cao, bác sĩ bảo là bị bệnh tim mạch.

4) - Chị lấy đơn này đi mua thuốc.

  - Vâng, cảm ơn bác sĩ.

  - Nhớ uống thuốc theo chỉ dẫn.

  - Vâng, tôi nhớ rồi. Một ngày 2 lần, sáng 3 viên và chiều 4 viên.

3. Nghe bài hội thoại và điền từ vào chỗ trống.

1) - Anh bị làm sao?

  - Tôi bị gãy xương cánh tay.

  - Tôi ấn chỗ này có thấy đau không?

  - Vâng, đau lắm.

  - Tôi bó bột cố định xương cánh tay cho anh.

    Đây là đơn thuốc cho anh.

  - Cảm ơn bác sĩ.

  - Một tháng sau đến khám lại.

2) - Gần đây có bệnh viện nào không, chị?

  - Có, chị bị làm sao?

  - Tôi thấy khó chịu lắm, bị đau bụng.

  - Chị có bị đi ngoài không?

- Có, đi 4 lần rồi.

- Chị có ăn gì lạ không?

- Hôm qua tôi ăn ít quả đào.

- Chị phải đi bác sĩ ngay.

Phần III: Nghe và viết lại bài văn.

Cơ thể người được bao bọc bởi một lớp da. Trên da có nhiều lông nhỏ, mọc không đều nhau. Trong da có mạch máu, đầu mút các dây thần kinh và tuyến mồ hôi. Da bảo vệ các cơ quan trong cơ thể tránh được những ảnh hưởng có hại của môi trường ngoài, góp phần giữ nhiệt độ cơ thể không đổi. Dưới da là lớp mỡ, dưới lớp mỡ là cơ và xương. Cơ tạo nên hình dạng ngoài cơ thể, xương làm thành cái khung bảo vệ cơ thể và các nội quan.

(theo cơ thể người, Wikipedia tiếng Việt)

BÀI 13   ĐI DU LỊCH

Phần I: Nghe và viết lại các từ sau.

1) khu phong cảnh   2) danh lam thắng cảnh

3) nơi nghỉ mát   4) cảnh quan thiên nhiên

5) cảnh quan nhân văn   6) vé cổng

7) vé nửa giá   8) vé giảm giá

9) mở cửa miễn phí   10) chuyến đi du lịch sang trọng

11) chuyến đi du lịch bình dân   12) mùa du lịch

13) mùa ít khách du lịch   14) bản đồ du lịch

15) tuyến du lịch   16) kho phố cổ

17) vườn quốc gia   18) viện bảo tàng

19) công viên vui chơi   20) vườn thực vật

21) hướng dẫn viên du lịch

Phần II: Hội thoại

1. Nghe hội thoại ngắn rồi trả lời câu hỏi sau đây.

    - Xin chào các vị quý khách. Bây giờ chúng ta xuất phát từ Côn Minh đi Lệ Giang.

    - Quãng đường từ Côn Minh đến Lệ Giang có bao xa?

    - Khoảng 517km.

    - Thế đến Lệ Giang phải mất mấy tiếng đồng hồ?

    - Mất khoảng 6 tiếng nửa.

    - Đường đi có tốt không?

    - Vâng, rất tốt. Từ đây đến Lệ Giang toàn là đường cao tốc.

    - Đi xe ô tô nhanh hơn hay là đi xe lửa nhanh hơn?

    - Đi ô tô nhanh hơn. Nếu đi xe lửa thì phải mất hơn 9 tiếng đồng hồ.

    - Ở Lệ Giang ta sẽ đi những điểm du lịch nào?

    - Đại Nghiên cổ trấn, Thúc Hà cổ trấn, hồ Hắc Long Đàm, Mộc Phủ và núi tuyết Ngọc Long...

2. Nghe hội thoại ngắn rồi lựa chọn đáp án đúng.

    - Chị cần gì ạ?

    - Tôi muốn đi du lịch một vài nơi.

    - Chúng tôi có rất nhiều chuyến đi trọn gói, từ 1 đến 8 ngày. Đây là danh sách các chuyến đi trọn gói.

    - Cảm ơn cô.

    - Tôi muốn đi Vịnh Hạ Long, theo chị chuyến nào thích hợp hơn.

    - Tôi thấy chuyến "2 A Vịnh Hạ Long" thích hợp hơn, đi tham Vịnh Hạ Long bằng tàu.

    - Chương trình này sắp xếp thế nào?

    - Ăn trưa với các món hải sản trên tàu, Sau khi ăn trưa, đi Tuần Châu, tự do tắm biển. Ăn tối, nghỉ đêm tại Hạ Long.

    - Giá trọn gói là bao nhiêu?

- Xin chị xem bảng giá ở trên tường.

3. Nghe bài hội thoại và điền từ vào chỗ trống.

1) - Chị Hoa ơi, tôi định đi Việt Nam du lịch, xin chị giới thiệu cho.

- Chị Lâm muốn đi những thành phố nào?

- Hà Nội và Huế.

- Vâng. Tôi thấy Hà Nội rất đẹp. Hà Nội có hồ gươm, quảng trường Ba Đình, Lăng Hồ Chủ Tịch, chùa Một Cột, Hồ Tây, Văn Miếu...

- Còn Huế?

- Huế là cố đô Việt Nam, có những di tích nổi tiếng như Hoàng Cung và lăng tẩm các vua nhà Nguyễn đáng đi một chuyến lắm.

2) - Chào cô!

- Chào bà!

- Tôi muốn đăng ký đi du lịch nước ngoài.

- Bà muốn đi đâu?

- Đi Trung Quốc và Hàn Quốc. Tôi phải làm gì?

- Bà phải có hộ chiếu và visa.

- Tôi đi theo đoàn du lịch của công ty cô, các cô chuẩn bị mọi giấy tờ cho tôi chứ?

- Vâng. Xin bà nộp cho 6 ảnh. Và điền vào mẫu này.

Phần III: Nghe và viết lại bài văn.

Huế là thành phố trực thuộc tỉnh Thừa Thiên—Huế. Huế thuộc vùng đồng bằng duyên hải miền Trung Việt Nam. Huế từng là kinh đô của Việt Nam thời phong kiến dưới triều nhà Nguyễn. Hiện nay, thành phố là trung tâm về nhiều mặt của miền Trung như văn hoá, chính trị, y tế, giáo dục, du lịch, khoa học... Những địa danh nổi bật là sông Hương và những di sản để lại của triều đại phong kiến. Thành phố có năm danh hiệu UNESCO ở Việt Nam: Quần thể Di tích Cố đô Huế, Nhã nhạc cung đình Huế, Mộc bản triều Nguyễn, Châu bản triều Nguyễn và Hệ thống thơ văn trên kiến trúc cung đình Huế.

(Cải biên theo Huế, Wikipedia tiếng Việt)

BÀI 14   Ở NGÂN HÀNG

Phần I: Nghe và viết lại các từ sau.

1) đổi tiền

2) hối suất

3) tiền tệ

4) tiền giả

5) ngoại tệ

6) tiền mặt

7) tiền giấy

8) tiền kim loại

9) giấy gửi tiền

10) phiếu rút tiền

11) tiền gửi hoạt kỳ

12) tiền gửi định kỳ

13) séc

14) thẻ tín dụng

15) lãi suất

16) số dư

17) tài khoản

18) cho vay

19) chứng khoán

20) kho bạc

21) máy rút tiền tự động

Phần II: Hội thoại

1. Nghe hội thoại ngắn rồi trả lời câu hỏi sau đây.

- Xin chào, Tôi muốn mở tài khoản.

- Chị muốn mở tài khoản gì?

- Tài khoản tiết kiệm. Thủ tục có phiền phức không?

- Không. Rất đơn giản.

- Chị làm ơn cho biết.

- Vâng. Trước hết xin mời chị làm biểu mẫu này.

- Xông rồi ạ. Tiếp theo tôi nên làm gì?

- Chị chuẩn bị sẵn giấy tờ. Mời chị đến quầy 2.

- Chị cho xem Chứng minh thư nhân dân hoặc hộ chiếu.

- Đây ạ. Cần gì nữa không?

- Làm ơn đưa cho tôi món tiền chị gửi.

- Tiền đây 30 nghìn đồng.

- Đây là sổ tài khoản của chị. Chị phải nhớ kỹ mật mã và đảm bảo số mật mã ấy không bị tiết lộ.

- Xin cảm ơn.

2. Nghe hội thoại ngắn rồi lựa chọn đáp án đúng.

- Ở đây có dịch vụ đổi ngoại tệ không?

- Vâng, chị có tiền gì?

- Tôi có đô la Mỹ.

- Chị muốn nhận tiền gì?

- Tôi muốn nhận đồng Việt Nam. Giá đổi hôm nay là bao nhiêu?

- Giá đổi hôm nay là 1 đô được 22767 đồng. Chị muốn đổi bao nhiêu đô?

- Tôi có 1000 đô muốn đổi sang đồng Việt Nam.

- Xin chị chờ một chút.

3. Nghe bài hội thoại và điền từ vào chỗ trống.

1) - Chị cần gì?

- Tôi muốn đổi séc du lịch này ra tiền mặt.

- Chị cần loại mệnh giá nào?

- 15 tờ 100 đô, 20 tờ 10 đô, 20 tờ 5 đô và 50 tờ 1 đô.

- Tiền đây. Xin mời chị đếm lại.

- Vâng. Cảm ơn chị.

2) - Xin lỗi chị, chị làm ơn cho tôi biết cách sử dụng thẻ rút tiền và máy rút tiền tự động ATM.

- Vâng. Xin mời chị đọc kỹ sổ tay sử dụng này.

- Có phải tôi có thể tự sửa đổi mật mã trên máy không?

- Vâng. Nhớ chị chỉ có thể lặp lại ba lần việc bấm mật mã vào máy. Nếu không, thẻ chị sẽ bị hút.

- Cảm ơn.

Phần III: Nghe và viết lại bài văn.

Ngân hàng Đầu tư Cơ sở hạ tầng châu Á là một tổ chức tài chính quốc tế đang trong quá trình thành lập với mục tiêu là hỗ trợ việc xây dựng cơ sở hạ tầng ở khu vực châu Á—Thái Bình Dương. Tổ chức này là sáng kiến của chính quyền Trung Quốc và được sự ủng hộ của các Thành viên Sáng lập Dự kiến bao gồm 37 nước trong khu vực và 20 nước ngoài khu vực, 51 trong số đó đã ký Điều khoản Thỏa thuận để hình thành cơ sở pháp lý cho ngân hàng.

(theo AIIB, Wikipedia tiếng Việt)

BÀI 15   THỜI TIẾT

Phần I: Nghe và viết lại các từ sau.

1) bốn mùa   2) xuân hà thu đông

3) khí hậu   4) nhiệt độ

5) gió mùa   6) mưa phùn

7) mưa to   8) mưa đá

9) mưa tuyết   10) bão

11) sóng thần   12) nắng

13) râm   14) nóng

15) lạnh   16) ấm

17) mát   18) oi bức

19) nóng ẩm   20) hạn hán

21) dự báo thời tiết

Phần II: Hội thoại

1. Nghe hội thoại ngắn rồi trả lời câu hỏi sau đây.

- Hôm nay trời đẹp nhỉ?

- Vâng. Hôm nay trời nắng.

- Hôm qua thì trời oi bức quá.

- Chị ở Việt Nam đã lâu, chị thấy thời tiết Việt Nam thế nào?

- Miền Bắc có bốn mùa xuân hà thu đông. Mùa xuân ấm áp, mùa hè nóng nực và nhiều mưa. Mùa thu mát mẻ và trong lành, mùa đông thì hơi lạnh. Còn ở miền Nam thì chỉ có 2 mùa, mùa khô và mùa mưa.

- Thế mùa đông có mưa tuyết không?

- Hầu như là không.

- Mùa hè ở Hà Nội nóng nhất bao nhiêu độ? Và mùa đông lạnh nhất là bao nhiêu độ?

- Nóng nhất là 42, 8℃. Lạnh nhất chỉ có 2, 7℃.

2. Nghe hội thoại ngắn rồi lựa chọn đáp án đúng.

- Vân ơi, hôm nay trời có mưa không?

- Không mưa đâu.

- Buổi sáng trời râm.

- Từ giữa trưa, trời sẽ nắng.

- Rất tốt. Tôi định đi Đại Lý tối nay.

- Chị sẽ đi mấy ngày?

- Khoảng một tuần.

- Thế chị nên mang theo áo mưa. Hai, ba ngày sau Đại Lý sẽ có mưa.

- Cảm ơn chị đã thông báo tin này.

3. Nghe bài hội thoại và điền từ vào chỗ trống.

- Chào chị Linh, chị đã đi Côn Minh lần nào chưa?

- Vâng, tôi đã đi Côn Minh 2 lần.

- Thế à, tháng sau tôi sẽ đi Côn Minh, xin chị giới thiệu cho những điều về khí hậu Côn Minh.

- Vâng. Côn Minh là một thành phố bốn mùa như xuân. Có thể nói Côn Minh là thành phố có khí hậu ấm áp và thoải mái suốt cả nam.

- Các tháng nóng nhất của Côn Minh là những tháng nào?

- Là tháng 6 và tháng 7. Vào thời gian này, nhiệt độ cao nhất thường đạt mức 21℃ và ban đêm giảm xuống tầm 15℃.

- Thì các tháng lạnh nhất là tháng nào?

- Hai tháng 12 và tháng 1 trong năm là những tháng lạnh nhất. Lúc này nhiệt độ cao nhất chỉ đạt mức 10℃ đến trên 15℃ vào bàn ngày.

- Thế mùa đông có mưa tuyết không?

- Có khi ở Côn Minh mưa tuyết.

Phần III: Nghe và viết lại bài văn.

Tuy lãnh thổ Việt Nam nằm trọn trong vùng nhiệt đới nhưng khí hậu Việt Nam phân bố thành 3 vùng khí hậu riêng biệt với miền Bắc và Bắc Trung Bộ là khí hậu cận nhiệt đới ẩm. Miền Bắc gồm 4 mùa: Xuân Hạ Thu và Đông. miền Trung và Nam Trung bộ là khí hậu nhiệt đới gió mùa, miền cực Nam Trung Bộ và Nam Bộ mang đặc điểm nhiệt đới xavan. Đồng thời, do nằm ở rìa phía Đông Nam của phần châu Á lục địa, giáp với biển Đông, nên chịu ảnh hưởng trực tiếp của kiểu khí hậu gió mùa mậu dịch, thường thổi ở các vùng vĩ độ thấp. Miền Nam thường có 2 mùa : mùa mưa và mùa khô.

(Cải biên theo Khí hậu Việt Nam, Wikipedia tiếng Việt)

BÀI 16   NGÀY TẾT

Phần I: Nghe và viết lại các từ sau.

1) tết dương lịch   2) tết Thanh minh

3) tết Đoan ngọ   4) tết Trung thu

5) ngày Quốc khánh   6) ăn tết

7) đêm giao thừa   8) câu đối

9) đèn lòng   10) bánh pháo

11) bàn thờ   12) thờ cúng tổ tiên

13) hàng tết   14) tiền mừng tuổi

15) hái lộc   16) xông nhà

17) bánh chưng   18) đồ cúng

19) ngắm trăng   20) sinh nhật

21) chúc mừng năm mới

Phần II: Hội thoại

1. Nghe hội thoại ngắn rồi trả lời câu hỏi sau đây.

  - Chào chị Hoa.

  - Chào chị Lan. Tôi đang học văn hóa Việt Nam. Xin chị giới thiệu cho những lễ tết Việt Nam cho.

  - Vâng. Người Việt Nam cũng ăn Tết nguyên Đán giống như Trung Quốc.

  - Thế à, ngoài Tết nguyên đán, còn có những lễ tết gì?

  - Nhiều lắm, có tết Thượng Nguyên, tết Thanh Minh, tết Hàn thực, tết Đoan Ngọ, tết Trung Thu, tết Trùng Thập...

  - Xin hỏi chị, tết Trùng Thập là tết gì?

  - Tết của các thầy thuốc. Nghe nói ngày mồng 10 tháng 10 âm lịch, cây thuốc mới tụ được khí âm dương, mới kết được sắc tứ thời trở nên tốt nhất.

  - Thế à, người Việt có ăn tết năm mới theo dương lịch không?

  - Có, nhưng mà tết âm lịch mới là lễ tết quan trọng nhất trong năm.

2. Nghe hội thoại ngắn rồi lựa chọn đáp án đúng.

  - Chào chị, chúc mừng năm mới!

  - Chào chị, chúc mừng năm mới và vạn sự như ý. Mời chị ngồi.

- Đây là mâm ngũ quả phải không chị?

- Vâng, theo phong tục người Việt thì trên bàn thờ, ngoài các thứ bánh trái đều không thể thiếu mâm ngũ quả.

- Thế à, còn cả hoa đào, quít và tranh Đông Hồ.

- Cái này là tượng trưng cho phước lộc đầu xuân của mọi gia đình.

- Trong ngày Tết, người Việt có nhiều phong tục hay. Như hái lộc, chúc tết, du xuân...

3. Nghe bài hội thoại và điền từ vào chỗ trống.

- Xin hỏi chị, trong dịp tết âm lịch, nhân dân Việt Nam được nghỉ mấy ngày?

- Ba ngày: ngày cuối cùng của năm cũ và ngày mùng một, mùng hai tháng giêng năm mới.

- Và mùng một tháng năm ngày Quốc tế Lao Động được nghỉ mấy ngày?

- Một ngày rưỡi: chiều 30 tháng tư và ngày mùng một tháng năm.

- Còn ngày Kỷ niệm Quốc Khánh được nghỉ mấy ngày?

- Hai ngày: Mùng hai và mùng ba tháng chín.

Phần III: Nghe và viết lại bài văn.

Tết Trung Thu theo Âm lịch là ngày Rằm tháng 8 hằng năm, đây đã trở thành ngày tết của trẻ em. Trẻ em rất mong đợi được đón tết này vì thường được người lớn tặng đồ chơi, thường là đèn ông sao... và được ăn bánh nướng, bánh dẻo. Vào ngày tết này, người ta tổ chức bày cỗ, trông trăng. Thời điểm trăng lên cao, trẻ em sẽ vừa múa hát vừa ngắm trăng phá cỗ. Ở một số nơi người ta còn tổ chức múa lân, múa sư tử, múa rồng để các em vui chơi thoả thích.

(theo Tết Trung thu, Wikipedia tiếng Việt)

云南省普通高等学校"十二五"规划教材 ▶ 东南亚语种听力系列教材

老挝语听力教程 1　　缅甸语听力教程 1　　越南语听力教程 1
老挝语听力教程 2　　缅甸语听力教程 2　　越南语听力教程 2
老挝语听力教程 3　　缅甸语听力教程 3　　越南语听力教程 3

泰语听力教程 1　　马来语听力教程 1　　印度尼西亚语听力教程 1
泰语听力教程 2　　马来语听力教程 2　　印度尼西亚语听力教程 2
泰语听力教程 3　　马来语听力教程 3　　印度尼西亚语听力教程 3

印地语听力教程（上）　　柬埔寨语听力教程 1
印地语听力教程（下）　　柬埔寨语听力教程 2

YUENAN YU TINGLI JIAOCHENG 1

封面设计 李懋

资源地址

ISBN 978-7-5689-2073-5

9 787568 920735 >

定价: 32.00元

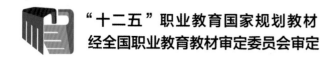

"十二五"职业教育国家规划教材
经全国职业教育教材审定委员会审定

高等职业院校教学改革创新教材
中软国际卓越人才培养系列丛书

软件开发系列

Java EE
主流开源框架（第3版）

◆ 刘　颖　王晓华　主　编
◆ 卢　澔　王　瑞　副主编

中国工信出版集团

电子工业出版社
PUBLISHING HOUSE OF ELECTRONICS INDUSTRY
http://www.phei.com.cn